கோவில் - நிலம் - சாதி

கோவில் – நிலம் – சாதி

பொ. வேல்சாமி (1951)

புலவர் பட்டம் பெற்றவர். 'நிறப்பிரிகை' இதழ் ஆசிரியர் குழுவில் ஒருவராகப் பங்கு பெற்றவர். முட்டை வணிகம் செய்து வருகிறார். இது இவரது இரண்டாவது நூல். முதல் நூல் 'பொற்காலங்களும் இருண்ட காலங்களும்' (2006).

மனைவி: ரத்தினம், மகள்கள்: ரேவதி, அம்பிகா, அபிராமி, நித்யா ஆகியோர்.

முகவரி: 3/53, கொங்குநகர்,
மோகனூர் சாலை,
நாமக்கல் 637 001

பொ. வேல்சாமி

கோவில் - நிலம் - சாதி

காலச்சுவடு பதிப்பகம்

● அன்பார்ந்த வாசகருக்கு,

வணக்கம்.

காலச்சுவடு நூலை வாங்கியமைக்கு நன்றி.

நூலின் உள்ளடக்கம், உருவாக்கம், அட்டைப்படம் இன்ன பிற அம்சங்கள் பற்றிய உங்கள் கருத்துகளையும் ஆலோசனைகளையும் காலச்சுவடு வரவேற்கிறது. தகவல், எழுத்து, வாக்கியப் பிழைகள் தென்பட்டால் அவசியம் தெரிவித்து உதவுங்கள். நூல் தயாரிப்பில் கடும் குறைபாடு இருப்பின் மாற்றுப் பிரதி உங்களுக்குக் கிடைக்கக் காலச்சுவடு ஏற்பாடு செய்யும்.

மின்னஞ்சல்: **publisher@kalachuvadu.com**

காலச்சுவடு நாகர்கோவில் அலுவலகத்திற்குக் கடிதம் அனுப்பலாம்.

தங்கள்
எஸ்.ஆர். சுந்தரம் (கண்ணன்)
பதிப்பாளர் — நிர்வாக இயக்குநர்

கோவில் – நிலம் – சாதி • கட்டுரைகள் • ஆசிரியர்: பொ. வேல்சாமி • © பொ. வேல்சாமி • முதல் பதிப்பு: டிசம்பர் 2007, பன்னிரண்டாம் பதிப்பு: நவம்பர் 2024 • வெளியீடு: காலச்சுவடு பப்ளிகேஷன்ஸ் (பி) லிட்., 669 கே.பி. சாலை, நாகர்கோவில் 629001

koovil - nilam - caati • Essays • Author: Po. Velsamy • © B. Velu samy • Language: Tamil • First Edition: December 2007, Twelth Edition: November 2024 • Size: Demy 1 x 8 • Paper: 18.6kgmaplitho • Pages: 136

Published by Kalachuvadu Publications Pvt. Ltd., 669 K.P. Road, Nagercoil 629001, India • Phone: 91-4652-278525 • e-mail: publications @kalachuvadu.com • Printed at Adyar Students xerox Pvt. Ltd., No. 275 Habibullah Road, Triplicane high Road, Opp Triplicane Post Office, Triplicane, Chennai 600005

ISBN: 978-81-89945-29-9

11/2024/S.No. 235, kcp 5378, 18.6 (12) uss

கைநாட்டுப் பரம்பரையில் வந்த என்னைக்
கையெழுத்துப் போடவைத்த
என் அப்பாவுக்கு.

பொருளடக்கம்

	முன்னுரை	11
1.	கோவில் - நிலம் - சாதி I	19
2.	கோவில் - நிலம் - சாதி II	27
3.	கோவில் - நிலம் - சாதி III	36
4.	கோவில் - நிலம் - சாதி IV	46
5.	கோவில் - நிலம் - சாதி V	57
6.	மு. அருணாசலத்தின் தமிழ் இலக்கிய வரலாற்று நூல்கள் - ஒரு விமர்சனப் பார்வை	66
7.	வைதிகமும் திருமந்திரமும்	85
8.	குருடுங் குருடுங் குருட்டாட்டம் ஆடி...	95
9.	இடங்கை வலங்கைப் போராட்டமும் அயோத்திதாசரும்	110
10.	இறைவழிபாட்டில் தமிழ்	120
11.	குடவோலை முறை - தேர்தலா? திருவுளச்சீட்டா?	124
12.	பொய்மைகளின் மீதான போராட்டம்	133

முன்னுரை

விலகி நிற்கும் சிந்தனைகள்

வரலாறு என்றால் என்ன? என்று ஒருவர் கேட்டால், நாம் இது என்ன ஒரு கேள்வியா? கடந்த காலத்தில், நிகழ்ந்த மனிதச் செயல்பாடுகளின் நிகழ்வுகளின் தொகுப்புதான் வரலாறு என்பது புரியாதா? என்று அலட்சியமாகப் பதில் சொல்லத் தயாராகிவிடுகிறோம். இது சரிதானா? இன்றைய நிலையில் நடைபெற்றுக் கொண்டிருக்கும் பல்வேறு நிகழ்ச்சிகளைச் செய்தி களாகப் பல பத்திரிகைகள் வெளியிடுகின்றன.

இன்று நடைபெற்றதாகக் குறிப்பிடப்படும் ஒரே நிகழ்ச்சி எல்லாப் பத்திரிகைகளிலும் ஊடகங்களிலும் ஒன்றுபோலப் பதிவாவதில்லை. அது அந்த நிகழ்ச்சியின் தன்மை, அதை வெளியிடும் பத்திரிகைகளின் அரசியல், சமயச்சார்பு போன்றவற்றின் விளைவாகப் பல்வேறு விதங்களில் சொல்லப்படுகின்றன. உதாரணமாக, ஒரு நிகழ்ச்சியை ஜெயா தொலைக்காட்சி ஒரு விதமாகவும் சன் தொலைக்காட்சி மற்றொரு விதமாகவும் கலைஞர் தொலைக்காட்சி வேறொரு விதமாகவும் காட்டுவதை நாம் பார்க்கின்றோம்.

இதே நேரத்தில் மற்றொரு தொலைக்காட்சி அந்த நிகழ்ச்சியை ஒளிபரப்புவதே இல்லை. சமகாலத்தில் நடைபெறும் ஒரு நிகழ்ச்சியை வெளியிடும் ஊடகங் களுக்குள்ளே பல்வேறு வேறுபாடுகள் இருப்பதைக் காணும் நாம், அதே நிகழ்ச்சி மற்ற சில ஊடகங்களில் வெளியிடப்படாமலேயே போவதையும் பார்க்கின்றோம்.

சமகாலத்தில் நிகழும் செயல்களைப் புரிந்துகொள்வதில் இத்தனை மாறுபாடுகளைக் காணும்போது பல நூறாயிரம் ஆண்டுகளுக்கு முன் நடந்ததாகச் சொல்லப்படும் வரலாற்று நிகழ்ச்சிகளைப் பேசும் நூல்களில் எந்த அளவுக்கு நம்பகத் தன்மை இருக்கும் என்பதைச் சிந்திக்க வேண்டும்.

ஆளும் வர்க்கங்கள், பல்வேறு சமயங்கள், பலநூறு சாதிகள் என்று பிரிந்து கிடந்த, இன்றும் பிரிந்து கிடக்கின்ற தன்மையுடையது தமிழ்ச் சமூகம். இத்தகைய பிளவுண்ட சமூகத்தின் பழங்காலத்திய சில பதிவுகளை வைத்து வரலாற்று நூல்கள் புனையப்பட்டுள்ளன. பார்ப்பன, சூத்திர உயர் சாதிகளைச் சேர்ந்த நபர்கள்தான் 20ஆம் நூற்றாண்டின் வரலாற்றாளர்களாகக் காணப்படுகின்றனர். ஆயிரக்கணக்கான ஆண்டுகளாகத் தமிழ் பேசும் சாதிகளை இழிவுபடுத்தியும் அடக்கி ஆண்டும் வந்தவர்களுடைய வாரிசுகள்தான் இவர்கள் என்பதை நாம் நினைவில்கொள்ள வேண்டும். இந்த நினைவு களுடன் தமிழ் நாகரிகம், பண்பாடு என்பனவற்றை ஆராய்ந்து பார்க்கும்போது பல்வேறுபட்ட முரண்நிலைகளை நாம் காண முடிகிறது.

இவ்வாறான முரண்நிலைச் செய்திகளை இன்றைய வரலாற்றாளர்கள் தங்களுடைய ஆய்வின் சான்றுகளாகக் கொள்வதில்லை. அத்தகைய செய்திகள் சிலவற்றைப் பார்ப் போம். சுமார் 200 ஆண்டுகளுக்கு முன் வாழ்ந்த பாடுவான் முத்தப்பச் செட்டியார் என்ற புலவர் "செயங்கொண்டார் வழக்கம்" என்ற நூலை எழுதியுள்ளார். தமிழில் உள்ள சிற்றிலக்கிய வகைகளைச் சார்ந்த இந்த நூலில் உள்ள சில செய்திகள் தமிழக வரலாற்றில் ஏற்கனவே சொல்லப் பட்டுள்ள செய்திகளுக்கு மாறானவையாக உள்ளன.

குலோத்துங்கச் சோழன் தன்னுடைய வீரமிக்க தளபதியான கருணாகரத் தொண்டைமானைக் கலிங்க நாட்டிற்கு அனுப்பி வீரப்போர் புரிந்து அந்நாட்டைக் கைப்பற்றியதாகச் சோழர்களின் கல்வெட்டுகளிலும் செயங்கொண்டார் பாடிய கலிங்கத்துப் பரணி நூலிலும் சொல்லப்பட்டுள்ளது. ஆனால் முத்தப்பச் செட்டியார் நூலில் சோழர்களின் கலிங்கப் படையெடுப்பு முதல் முயற்சியில் வெற்றியடையாமல் போனதாகவும் இரண்டாவது முறையாக கருணாகரத் தொண்டைமான் ஒரு புதிய திட்டத்துடன் தஞ்சாவூர்ப் பகுதியில் விபச்சாரத்தில் ஈடுபட்டிருந்த 1000 தாசிப் பெண்களைக் கலிங்கத்துக்குக் கூட்டிச் சென்று அவர்களை வைத்துக் கலிங்க நாட்டின் வீரர்களை மயக்கி, காம மயக்கத்தில் கலிங்க வீரர்கள் ஆழ்ந்திருக்கும்போது அவர்களை வென்று கலிங்க நாட்டை

அடிமைப்படுத்தியதாகவும் கூறப்பட்டுள்ளது. 'புத்திசாலியான மனிதன்' எந்த வகையிலும் வெற்றி பெற்றுவிடுவான் என்பதற்கு இந்நிகழ்ச்சி ஓர் எடுத்துக்காட்டு ஆகும் என்று புகழப்பட்டுள்ளது.[1]

இதே நூலில் 'சூத்திரப்பாவை'... என்று தொடங்கும் பாடலும் அதற்கு நூலாசிரியரே எழுதியுள்ள விளக்க உரையும் நந்திக்கலம்பகம் நூலில் பாடப்பெற்ற நந்திராசனைப் பற்றிய கதைக்கு மாறாக உள்ளது. அந்தக் கதையில் பல்லவ மன்னன் ஒருவனின் வைப்பாட்டியாக இருந்த தாழ்த்தப்பட்ட பெண் ஒருவரின் மகன்தான் நந்திராசன் என்றும் இவனையே அந்தப் பல்லவ மன்னன் தனக்குப் பின்னர் வாரிசு என்று அறிவித்து முடிசூட்டிவிட்டான் என்றும் இதனால் ஆத்திரம் அடைந்த அந்த மன்னனின் பட்டத்தரசியினுடைய பிள்ளைகள் சூழ்ச்சிகள் செய்து நந்திராசனை ஒழிக்கப் பாடியதுதான் நத்திக்கலம்பகம் நூல் என்றும் செய்திகள் உள்ளன.[2]

இதே விதமான கதைகள் 'இடங்கை வலங்கையர் வரலாறு' என்ற நூலிலும் இடம்பெற்றுள்ளன. இந்நூல் சரபோசி மன்னன் காலத்தில் வாழ்ந்த தஞ்சாவூர் வேத நாயகம் சாஸ்திரி என்ற கிறித்தவ வெள்ளாளப் புலவர் கர்னல் மெக்கன்சிக்கு எழுதிக் கொடுத்த நூலாகும். அடுத்து வந்த காலங்களில் அயோத்திதாச பண்டிதர் நந்தன் கதையை பௌத்த மதத்தின் பின்னணியிலிருந்து விவரிக்கிறார். இந்தக் கதைகளெல்லாம் நந்தன் ஓர் அரசன் என்றும் ஆனால் ஏதோ ஒரு வகையில் சாதியால் குறைவுபட்டவன் என்றும் பேசுகின்றன.

பெரியபுராண நூலில் சேக்கிழார் சொல்லுகின்ற நந்தன் கதைக்கு மாறான தகவல்கள் இந்த நூல்களில் உள்ளன. தீண்டாமையை நியாயப்படுத்தும் கதையாக எழுதப்பட்டுள்ள பெரியபுராணம் சொல்லும் நந்தன் கதைதான் மக்கள் எல்லோருக்கும் தெரியும்படியாகக் காலங்காலமாகச் சொல்லப்பட்டு வருகின்றது. இதற்கு மாறாகப் பேசப்பட்டுள்ள கதைகளைச் சொன்னால் ஆதாரம் உண்டா என்று கேட்பார்கள். சேக்கிழார் சொல்லும் கதைக்கு மட்டும் என்ன ஆதாரம் கொடுத்தார்கள் என்று நாம் கேட்கவேண்டியிருக்கிறது.

தமிழ்நாட்டில் 2000 ஆண்டுகளாகப் பதிவுபெற்று வந்துள்ள செய்திகள் பலவகைப்பட்டவையாகக் காட்சியளிக்கின்றன. மேலோட்டமாக இச்செய்திகளைப் பார்ப்பவர்கள் இவை அனைத்தும் தமிழர்களின் நாகரிகத்தையும் பண்பாட்டையும் புலப்படுத்தும் சான்றுகள் என்று நினைக்கின்றனர். உண்மையில் நிலத்தின் மீதான உரிமையையும் அதன் ஊடாக மக்கள்

மீதான அதிகாரத்தையும் கைப்பற்றும் நோக்கத்துடன் சில பழங்குடியிலிருந்து உருவான வேந்தர்களும் பிற்காலத்தில் பார்ப்பன, சூத்திர உயர்சாதியினரும் செய்த செயல்கள் இவை என்று நம்மால் கூறமுடியும். அதற்கு இவர்களால் புனிதமானவை என்று கூறப்பட்ட செய்திகளை விமர்சன ரீதியிலான கண்ணோட்டத்தில் நாம் பார்க்கவேண்டிய தேவையுள்ளது.

நிலவுடைமை என்பதைத் தனிப்பட்ட நபர்களின் சொத்தாகக் காட்டாமல் சைவ, வைணவக் கோவில்களின் சொத்துக்களாக மாற்றிவிட்டனர். பொதுப்பார்வையில் இறைவனுக்கு உரிமையாக்கப்பட்டவை அனைத்தும் புனிதத் தன்மை உடையவையாக மக்கள் கருதும் நிலை உருவானது. ஆனால், கோவில் சார்ந்த இலட்சக்கணக்கான ஏக்கர் நிலங்களிலிருந்து வந்த வருவாய் அனைத்தையும் பார்ப்பனச் சூத்திரக் கூட்டாளிகள்தான் முழுமையாக அனுபவித்து வந்தனர். தமிழகத்தில் கிடைக்கும் கல்வெட்டுக்களின் வழியாகவும் இலக்கியங்களின் வழியாகவும் பதிவுபெற்றுள்ள உணவு மற்றும் தின்பண்டங்கள் என்பன மிக உயர்வான தரமுள்ளவையாகக் காணப்படுகின்றன. இந்த உணவு வகை களை ஆயிரக்கணக்கான ஆண்டுகளாகப் பார்ப்பனச் சூத்திர உயர்சாதியினர்தாம் உண்டு கொழுத்து வந்தனர்.

தமிழ் மக்களில் தாழ்ந்த நிலையில் இருந்த சூத்திரர் களும் தீண்டப்படாதவர்களும் கூழோ, கஞ்சியோதான் குடித்து வந்ததாகச் செய்திகள் உள்ளன. அதுகூட முழுவயிற்றுக்கும் கிடைத்ததாகத் தகவல்கள் இல்லை. உணவு உண்ட பின்னர் அந்த வலுவான உணவு செரிமானம் அடைவதற்கு உயர் சாதித் தமிழர்கள் சில மருந்து வகைகளைத் தின்பண்டம் போலத் தயாரித்து உண்டுவந்த வேளையில், “கும்பி கருகுது குடல் காயுது” என்று கீழ்நிலையில் இருந்த தமிழ் மக்கள் கதறிக்கொண்டிருந்த பதிவுகளையும் காண்கின்றோம். சுமார் 1500 ஆண்டுகாலத் தமிழ் நாட்டின் வரலாற்றில் நூற்றுக் கணக்கான பஞ்சம் பற்றிய செய்திகள் பதிவாகி உள்ளன. அவற்றில் இலட்சக்கணக்கான மக்கள் மாண்டு போனதாகவும் ஒரு வேளை உணவுக்காகத் தங்கள் மானத்தையே விற்று விட்டதாகவும் குறிப்புகள் உள்ளன.[3] இன்றைய காலத்தில்கூடச் சுவையான சைவ உணவு வகைகளைத் தயாரிப்பவர்கள் தஞ்சாவூர்ப் பார்ப்பனர்களாக உள்ளனர். அசைவ உணவு வகைகளைத் தயாரிப்பதில் நாட்டுக் கோட்டைச் செட்டியார்கள் வசிக்கும் செட்டிநாட்டுக்காரர்களாக உள்ளனர். சுவையான இனிப்பு வகைகளைத் தயாரிப்பதில் திருநெல்வேலிப் பிள்ளை

மார்களும் திருவையாற்றுப் பகுதிப் பார்ப்பனர்களும்தாம் முன்னணியில் உள்ளனர். பெரும்பாலான தமிழ்ச் சாதிகள் வெறும் கூழுக்கே ஏங்கி நின்றது வரலாறாகப் பதிவாகி இருக்கையில், பாலும் தேனும் நெய்யும் கலந்து பலகாரங்கள் தயாரித்து வந்ததை மொத்தத் தமிழ்ச் சாதியினரின் உணவுப் பண்பாடு என்று சொல்வதில் நியாயம் உண்டா?

உணவுக்கே வழியில்லாத தமிழ்ச்சாதிகளைச் சார்ந்த ஆண்களும் பெண்களும் குழந்தைகளும் தங்களைத் தாங்களே விற்றுக்கொண்டு அடிமைகள் ஆனார்கள் என்கிற குறிப்புகள் பல உள்ளன. 'தமிழ்நாட்டுக் கல்வெட்டுகள் - 2004' என்ற தமிழ்நாடு அரசுத் தொல்லியல் துறை வெளியீட்டில் பக்கம் 202இல் குடும்பம் குடும்பமாக 100 தமிழ்ச் சாதி ஆண்களும் பெண்களும் அடிமைகளாக விற்கப்பட்டதற்கான ஆவணம் உள்ளது. அதற்குப் பதிப்பாளர்கள் எழுதிய குறிப்புரையில், "மூன்றாம் இராஜராஜசோழன் காலத்தில் வீரட்டானேஸ்வர முடையார் கோவிலுக்குப் பலரிடமிருந்தும் அடிமைகள் விலைக்கு வாங்கப்பட்டனர். சிலர் தானமாகக் கோவிலுக்கு அடிமைகளை அளித்துள்ளனர். இவ்வாறு பெறப்பட்ட அடிமைகள் அனைவரும் உறவு முறையினர் ஆவர். மேலும் இம்மன்னனுக்கு முன்னர் ஆட்சி புரிந்த இராஜாதிராஜன் ஆட்சிக் காலத்தில் விலைக்கு வாங்கிய அடிமைகளின் பெயர்கள், குலோத்துங்கன் ஆட்சிக் காலத்தில் விலைக்கு வாங்கிய அடிமைகளின் பெயர்கள் என மொத்தம் 100 அடிமைகளின் பெயர்கள் உறவு முறையுடன் பட்டியலிடப் பட்டுக் காணப்படுகின்றன.

இக் கல்வெட்டின் எழுத்தமைதிகொண்டு இம்மன்னன் மூன்றாம் இராஜராஜன் எனத் தெரிகிறது. ஆகையால் இங்கும் குறிப்பிடப்பட்டுள்ள மன்னர்கள் இரண்டாம் இராஜாதி ராஜனாகவும் மூன்றாம் குலோத்துங்கனாகவும் இருத்தல் வேண்டும். அவர்கள் காலத்தில் கல்லில் பொறிக்கப்படாததால், அவர்கள் காலத்தில் விலைக்கு வாங்கப்பட்ட அடிமைகளின் பெயர்களையும் தமது காலத்தில் பெறப்பட்ட அடிமைகளின் பெயர்களையடுத்து அதே கல்லிலும் பொறிப்பதற்கு ஆணை யிடப்பட்டுள்ள செய்தி இக்கல்வெட்டால் அறியப்படுகிறது.

அக்காலங்களில் குடும்பம் குடும்பமாகக் கோவிலுக்கும் தனியாருக்கும் தங்களை அடிமைகளாக விற்றுக்கொண்டது ஏன் என்பதும் ஆய்வுக்குரியது!

இந்த இடத்தில் தொல்லியல் துறை சார்ந்த அறிஞர் களின் கூற்றைக் கொஞ்சம் கவனியுங்கள். பொதுமக்கள்

தங்களைக் கோவில்களுக்கு விற்று அடிமையாக்கிக்கொண்டது ஏன் என்பது புரியவில்லை, என்று எழுதுகிறார்கள். இக் கட்டுரையின் முன்பகுதியில் நான் சுட்டிக்காட்டியது போன்று பழைய ஆவணங்களை விமர்சனக் கண்ணோட்டமின்றிப் பார்த்தால் யாருக்கும் இந்த அவலம் புரியாமல்தான் போகும். மேலோட்டமாகப் பார்க்கையில் கோவிலிலுள்ள இறைவனின் அடிமைகள் போன்று காட்சியளிக்கும் இவர்கள், உண்மையில் அந்தக் கோயிலின் நிர்வாகம் சார்ந்த பார்ப்பனர்களுக்கும் உயர்சாதிச் சூத்திரர்களுக்கும்தான் அடிமைகளாக இருந் துள்ளனர். எந்த மனிதனும் பெருமைக்காகத் தன்னைத் தானே விற்றுக்கொள்வதில்லை. ஒரு வாய் சோற்றுக்குக்கூட வழியற்றவர்களும் ஒருசாண் இடம்கூடத் தங்குவதற்கு இல்லாதவர்களும்தான் தன்னைத்தானே விற்பனை செய்து கொண்டு அடிமைகளாகிப் போனார்கள் என்பதற்குப் பெரிய ஆராய்ச்சி தேவையா?

காலங்காலமாக உயர்சாதிகள் என்றும் கீழ்ச்சாதிகள் என்றும் தரம் பிரிக்கப்பட்டு தமிழ்ச் சமூகம் இயங்கி வருவது என்பதை நாம் கவனத்தில் கொள்ள வேண்டும். ஒரு சிலரின் அல்லது ஒருசில சாதிகளின் சூழ்ச்சிதான் இது, என்று சுருக்கிப் பார்க்க முடியாது. இன்றைய நவீன காலத்தில்கூடப் பித்தலாட் டங்கள், குற்றச் செயல்கள், தேச விரோத நடவடிக்கைகள் போன்றவற்றின் மூலம் செல்வமும் அதிகாரமும் பெற்றுவிட்ட மனிதர்களைப் பொதுமக்கள் "ச்சீ. . . ச்சீ. . . இது என்ன பிழைப்பு" என்று அவர்களை வெறுத்து ஒதுக்குவதில்லை. மாறாக அத்தகைய வஞ்சகர்களை மாபெரும் திறமைமிக்க மனிதர்கள் என்றுதான் புகழ்ந்து திரிகின்றனர்.

கல்வியாளர்களாகவும் சிந்தனையாளர்களாகவும் அடிநிலைச் சாதிகளைச் சார்ந்த பலர் உருவாகிவரும் நவீன காலமிது. அதே நேரத்தில் நுகர்வுக் கலாச்சாரம் என்கிற உலகம் தழுவிய போக்கினுள் அனைவரும் ஆட்பட்டுவரும் தன்மையும் நிகழ்ந்துகொண்டு உள்ளது. கோடிக்கணக்கான பாமர மக்களிலிருந்து ஒருசிலரைப் பிரித்தெடுத்து வசதியும் அதிகாரமும் உள்ளவர்களாக ஆளும் வர்க்கங்கள் உருவாக்கி வருகின்றன. கடந்த காலங்களில் பக்தியின் ஊடாக உருவாக்கப்பட்ட கோவில்கள், மனிதர்களின் இடையேயான ஏற்றத்தாழ்வுகளைப் புனிதத்தின் ஊடாக நியாயமாக்கின. இதனைப் புரிந்துகொள்ள இயலாத பாமர மக்கள் விதியென்று ஏற்றுக்கொண்டு வாழ்க்கையை இழந்தனர். இன்றைய காலத்திலும் அத்தகைய நிலைக்குப் பாமர மக்கள் தள்ளப்படுவதை நாம் நியாயமென்று கொள்வது சரிதானா?

பழமையும் புதுமையும் காலத்தால் தூரப்பட்டதாகத் தெரிந்தாலும் நம் சிந்தனையில் அவை அக்கம்பக்கமாகத்தான் உள்ளன. இத்தகைய சிந்தனைகளை நோக்கித் தமிழ் நாட்டிலுள்ள சிந்திக்கும் திறனுடையோர்க்குத் துணை நிற்கும் விதமாக இந்நூலில் உள்ள கட்டுரைகள் எழுதப்பட்டுள்ளன. அதிகார வெறியர்களிடமிருந்தும் சாதியையும் மதத்தையும் மொழியையும் பயன்படுத்தித் தங்களையும் தங்களுடைய உறவினர்களையும் வளர்த்துக்கொள்ளும் பாசிச மனோபாவமுடையவர்களிடமிருந்தும் பொதுமக்களை விலகி நிற்கச் செய்வதற்கும் சனநாயக ரீதியான சிந்தனைகளை வளம்பெறச் செய்வதற்கும், இத்தகைய கருத்துக்களையுடைய கட்டுரைகள் உதவுமென்று நம்புகின்றேன்.

இந்நூலிலுள்ள கட்டுரைகளை வெளியிட்ட *கவிதாசரண், காலச்சுவடு, அம்ருதா* ஆகிய இதழ்களுக்கு என்னுடைய நன்றியைத் தெரிவித்துக்கொள்கிறேன்.

வழக்கம்போல எனது கட்டுரைகள் உருவாகும்போதே வாசித்துக் கருத்துக்கள் கூறும் நண்பர் சு. துரை அவர்களுக்கும் கட்டுரைகளைக் குறிப்பிட்ட வடிவ அமைதிக்குள் கொண்டுவருவதற்கு ஆலோசனை வழங்குவதன் வழியாகக் கட்டுரைகள் செம்மையாக்கம் பெறுவதற்குத் தொடர்ந்து உதவி புரிந்து வருகின்ற நண்பர் பெருமாள்முருகனுக்கும் என்னை தொடர்ந்து எழுதச் சொல்லி ஊக்குவித்து வரும் பேராசிரியர் அரச. முருகுபாண்டியனுக்கும் ஸ்டாலின் ராஜாங்கத்திற்கும் எனது நன்றிகள்.

இந்நூலைச் சிறப்பாக வெளியிடும் காலச்சுவடு பதிப்பகத்திற்கும் நண்பர் கண்ணனுக்கும் நன்றிகள்.

பொ. வேல்சாமி

குறிப்புகள் :

1. ஜி. சந்திரசேகரன் (ப.ஆ.), 'செயங்கொண்டார் வழக்கம்', 1955, கீழ்த்திசைச் சுவடிகள் நூல் நிலையம், சென்னை, ப. 13.
2. மேற்படி, ப. 85.
3. தி.ஸ்ரீ. ஸ்ரீதரர் (ப.ஆ.), 'தமிழ்நாட்டுக் கல்வெட்டுகள் – 2004', 2004, தமிழ்நாடு அரசு தொல்லியல் துறை, சென்னை, பக். 202 – 205.

கோவில் – நிலம் – சாதி I

தஞ்சைப் பெரிய கோவில் பற்றிய தன் ஆய்வில் பேராசிரியர் நா. வானமாமலை அவர்கள், "ஒவ்வொரு ஆண்டும் இந்தக் கிராமங்கள் செலுத்திய தங்கம் 2120 கழஞ்சு ஆகும். நெல்லின் அளவு மொத்தத்தில் 159480 கலம் ஆகும். விசேசமாக திருவிழாக்கள் தவிர்த்துக் கோவிலுக்கு ஆன மொத்தச் செலவு 64590 கலம் எனக் கணக்கிடப்பட்டுள்ளது. இந்த இரு விபரங்களும் வருடாந்திர சம்பளம், கோவில் வேலையாட்களின் கூலி ஆகியவற்றைக் கூட்டிப் பெறப்பட்டது" என்று கல்வெட்டுகளை ஆதாரமாகக் காட்டிக் குறிப்பிடுகின்றார். (வெ. கிருஷ்ணமூர்த்தியின் ஆய்வுவட்டக் கட்டுரைகள், பாகம் 1, பக்கம் 301)

1311ஆம் ஆண்டு ஐப்பசி மாதம் டில்லியை ஆண்ட இஸ்லாமிய ஆட்சியாளர்களின் ஆண்களை அலி ஆக்கும் வழக்கப்படி அலி ஆக்கப்பட்ட மாலிக்காபூர் தமிழ் நாட்டில் ஸ்ரீரங்கம், மதுரை போன்ற ஊர்களிலும், இந்த ஊர்க் கோவில்களில் இருந்தும் கொள்ளையிட்ட "612 யானைகள், 9600 தங்கக் கட்டிகள், ஏராளமான நகைப் பெட்டிகள், முத்துப் பேழைகள், 20000 குதிரைகள்" என ஏராளமான பெருஞ் செல்வத்தைக் கொண்டு சென்றான் என்று கே.ஏ. நீலகண்ட சாஸ்திரி தன்னுடைய 'தென்னிந்திய வரலாறு' என்ற நூலில், பழங்கால முஸ்லிம் வரலாற்றாளர் 'பாணி' என்பவரை மேற்கோள் காட்டிக் குறிப்பிடுகின்றார். (தென்னிந்திய வரலாறு – இலங்கை அரசு வெளியீடு, 1966, பக்கம் 256.) இந்தச் செல்வங்களான பொன்னும் மணியும் ஒரு புறம் இருக்க, தமிழகத்தின் நீர்வளம் நிறைந்த நிலங்களில் 75 விழுக்காடு இத்தகைய கோவில்களின் உடைமையாகத் தான் இருந்துள்ளன. இது மட்டும் அல்லாமல் பல்லவர்கள்

காலமாகிய 5ஆம் நூற்றாண்டிலிருந்து, நம்முடைய காலத்திற்கு நெருக்கமாக 19ஆம் நூற்றாண்டு வரையில் – அரசின் அதிகாரமான சட்டம் – ஒழுங்கு என்பது இந்தக் கோவில் நிர்வாகிகளிடம் தான் இருந்துள்ளது. இதனைத் தேவாரம் பாடிய நாயன்மார்களில் ஒருவரான சுந்தரர் வரலாற்றிலும், மாமன்னன் என்று அழைக்கப்படுகின்ற, தஞ்சைப் பெரிய கோவிலைக் கட்டிய இராஜராஜசோழன், தன் கூடப் பிறந்த அண்ணன் ஆதித்த கரிகாலன் கொலையில் முக்கியப் பங்காற்றிய, ரவிதாசனான பஞ்சவன் பிரமாதிராயன், அவன் குடும்பத்தைச் சார்ந்த மற்றும் பலரை எவ்விதத் தண்டனைக்கும் உட்படுத்த முடியாத நிலையில் இருந்ததையும் (தென்னிந்தியக் கல்வெட்டுத் தொகுதி 577/1920) வைத்துப் பார்க்கையில் வெளிப்படையாகப் புரிந்துகொள்ள முடிகின்றது. சுருக்கமாகக் கூறினால் அந்தக் கால அரசர்கள் என்பவர்கள் இன்றைய இராணுவத் தலைவர்கள் நிலையில் தான் இருந்துள்ளனர். 'சிவில் நிர்வாகம்' என்பது கோவில் நிர்வாக அமைப்பான சபைகள் என்ற பார்ப்பனர்களின் அமைப்புகளால்தான் பெரும்பான்மையும் செயல்படுத்தப் பட்டுள்ளது. சில காலங்களில் 'ஊர்' என்ற பார்ப்பனர் அல்லாத உயர்சாதிச் சூத்திரர்களின் குழுக்களும், 'நகரம்' என்ற வணிகர்களின் குழுக்களும் சிவில் நிர்வாகத்தில் பங்கு பெறுவதைச் சிறுபான்மையாகக் கல்வெட்டுகளில் காண முடிகின்றது. சங்க காலத்தில் காண முடியாத இத்தகைய கோவில்களும், இதன் நிர்வாக அமைப்புகளான உயர்சாதிச் சூத்திரர்களும், தமிழ்நாட்டின் மொத்தச் செல்வத்தையும் சமயக் கருத்தோட்டத்தின் பௌதிக உருவமான கோவில்களின் ஊடாகக் கொள்ளையிட்ட வரலாற்றை நாம் முறையாகக் காண்பதற்குச் சங்க காலத்திலிருந்தே நம்முடைய தேடலைத் தொடங்க வேண்டிய அவசியம் ஏற்படுகின்றது.

சங்க காலம் என்பதைச் சரியாகப் புரிந்துகொள்வதில் நமக்குப் பலவிதமான இடையூறுகள் உள்ளன. சங்க காலம் பற்றிய ஆய்வுகள் என்பன 20ஆம் நூற்றாண்டின் தொடக்கத்தில் இருந்துதான் வெளிவரத் தொடங்குகின்றன. இந்தக் காலகட்டம் பற்றிய ஆய்வுகளுக்கு ஆதாரங்களாகச் சங்க நூல்கள் என்று நம்பப்படுகின்ற எட்டுத் தொகையும், பத்துப் பாட்டும்தான் உள்ளன. இதிலும்கூடப் பரிபாடலும், கலித் தொகையும், திருமுருகாற்றுப்படையும் சங்க காலத்திற்குப் பிற்பட்டது என்ற நியாயமான கருத்தும் நிலவுகின்றது. திருக்குறள் போன்ற 'பதினெண் கீழ்க்கணக்கு நூல்களையும்' சங்க நூல்களில் சேர்த்துக் குழப்பியவர்களும் உண்டு. இந்த நூல்களைப் பனை ஓலைச் சுவடிகளிலிருந்து அச்சில்

பதிப்பித்தவர்கள், பின் வந்த காலங்களில் இந்நூல்களுக்கு விளக்க உரைகள் எழுதியவர்கள் என்ற பலரும், முன்னர் குறிப்பிடப்பட்டுள்ள ஆதிக்கச் சாதிகளைச் சேர்ந்தவர்களின் வாரிசுகளான பார்ப்பனர்களும், மற்ற உயர்சாதிச் சூத்திரத் தமிழர்களும்தான் என்பது கவனிக்கத்தக்கது. ஆங்கிலேயர் களின் ஆதிக்கத்தால் பழைய ஆட்சிக் கட்டுமானம் மாற்றி அமைக்கப்பட்டுவிட்டதால், பார்ப்பனர்களை அடுத்து இருந்த, தங்கள் ஆதிக்க மையம் தகர்வுக்குள்ளாக்கப்பட்டதை மீண்டும் நிலை நிறுத்தத் தோன்றிய 'திராவிட இயக்கம்' அன்றைய தமிழகத்து உயர்சாதியினரிடம் கருத்தியல் ரீதியான ஆதிக்கத்தை முழுமையாகவோ, பகுதியாகவோ செலுத்தியது. உதாரணமாகத் தேர்ந்த புலமையாளரான ஒளவை. துரை சாமிப் பிள்ளை தான் விளக்க உரை எழுதிய சங்க நூல்களான நற்றிணை, புறநானூறு, ஐங்குறுநூறு, பதிற்றுப்பத்து ஆகிய வற்றில், அந்த நூல்களின் மரபுக்கு ஒவ்வாத பல கருத்துகளை அவற்றில் ஏற்றி விடுகின்றார். 'புறநானூறு' நூலில் 34ஆவது பாடலில் வரும் 'பார்ப்பார்' என்ற சொல்லைக் 'குரவர்' எனத் திருத்தியதும் அல்லாமல், அப்பாடலுக்கான பதின் மூன்றாம் நூற்றாண்டைச் சேர்ந்த பழைய உரையாசிரியர் வரைந்த பழைய உரையையும் மாற்றி விடுகின்றார். நற்றிணையில் கடவுள் வாழ்த்தாக வரும் 'திருமால்' பற்றிய பாடலை, சிவனைப் பற்றிய வாழ்த்தாக மாற்றி உரை எழுதியதையும் குறிப்பிடலாம். க. அப்பாதுரையார், ம. இராச மாணிக்கனார், க. வெள்ளை வாரணனார், மறைமலையடிகள் போன்ற பலர் சைவ சமயத்தின் சார்பாக நின்று சங்க நூல்களைப் பற்றிய விளக்கத்தை எழுதினர். சுருக்கமாகக் கூறினால் தாங்களும் பார்ப்பனர்களைப் போல ஆதிக்க சக்திகளின் வாரிசுகள்தான் என்பதை மெய்ப்பிக்கும் ஆவணச் சான்றுகளாகச் சங்க நூல்களை நிலைநிறுத்த முயன்றனர் எனலாம்.

இவர்களிலிருந்து சற்று விலகி நின்று முதலாளிய வரலாற்றாளர் பார்வையில் இவற்றை விளக்கிய உயர்சாதி யினரும் உண்டு. வி. கனகசபைப் பிள்ளை, மு. இராகவ அய்யங்கார், கே.என். சிவராஜபிள்ளை, பி.டி. சீனிவாச அய்யங்கார், கே.ஏ.நீலகண்ட சாஸ்திரி, வையாபுரிப் பிள்ளை, தெ.பொ. மீனாட்சி சுந்தரம் பிள்ளை போன்றவர்கள் குறிப் பிடத்தக்கவர்கள். மார்க்சிய முறையியலைக் கொண்டு ஆராய்ந்தவர்களில் கைலாசபதி, சிவத்தம்பி போன்றோரும், மேல்நாட்டு ஆய்வாளர்களில் ஜார்ஜ் எல்ஹார்ட்டும், பர்ட்டன் ஸ்டெயினும் முக்கியமானவர்கள்.

மேலே குறிப்பிடப்பட்டவர்களில் பலர், சங்ககாலச் சமுதாயத்தை ஒருபடித்தானதாகக் கருதித் தங்கள் ஆய்வுகளை நிகழ்த்தியவர்கள் ஆவார்கள். ஆனால் அக்காலச் சமூகம் அவர்கள் கருதியது போன்று இல்லை என்பதைச் சங்க நூல்கள் தெரிவிக்கின்றன. இமயமலை வரை சென்று தங்கள் வெற்றியைப் பொறித்த வேந்தர்கள் இருந்த இடத்திற்கு அருகிலேயே 'அரசு' என்பதே என்ன என்று அறியாத பழங்குடிகளும், குலங்களும் இருந்தனர். உள்நாட்டு – வெளி நாட்டு வணிகத்தின் பெருக்கத்தால் ஏற்பட்ட பொருளாதார வளர்ச்சியின் பயனைப் பெற்றுச் செல்வ வளத்தில் அன்றைய மன்னர்களிலும் மேம்பட்டிருந்த வணிகர்களுக்கு அயலாகவே தங்களுடைய விலை உயர்ந்த யானைத் தந்தத்தையும், சந்தனம், அகில் போன்ற வாசனைத் திரவியங்களையும், மாணிக்கம் போன்ற நவரத்தினக் கற்களையும் ஒரு வேளை உணவுக்குப் பண்டமாற்றுச் செய்த மலைக் குறவர்களும் வாழ்ந்தனர். முல்லை நில விவசாயத்தையும், கால்நடைகளையும், சிற்றூர் களையும், தமக்கென ஒரு தலைவனையும் கொண்டிருந்த சீறூர் ஆயர்களை அடுத்தே ஆடு மாடுகளையும், வணிகச் சாத்துக்களையும் கொள்ளையடித்தே வாழும் பாலை நிலத்து எயினர்களும் வாழ்ந்தனர். அன்றைய உலகின் அறிவை எல்லாம் பெற்று உயர்ந்த அறிஞர்கள் – புலவர்கள் மத்தியில் கல்வி என்பதே அறியாத தற்குறிகளும் வாழ்ந்தனர். இத்தகைய சமனற்ற அமைப்பின் தலைமைச் சக்தி போல, 'வேந்தர்' என்று சுட்டப் பெற்ற சேர, சோழ, பாண்டியர்கள் காணப் படுகின்றனர். ஆனால் இந்த வேந்தர்கள் அன்றைய காலத்து எல்லாத் தமிழ்க் குலங்களாலும் தலைவர்களாக ஏற்கப் பட்டனரா?

சங்க காலத்தில் வாழ்ந்த தமிழ்மக்கள் அனைவரும் சேர, சோழ, பாண்டிய வேந்தர்களைத் தங்களுடைய மன்னர்கள் என்று ஏற்றுக்கொள்ளவில்லை. அதுமட்டுமல்லாது, தங்களை அழிக்க வந்த கொடுமையான விரோதிகள்தான் மூவேந்தர்கள் என்று வெறுத்தனர். இதனைப் புறநானூற்றின் 270ஆம் பாடல் தொடங்கி 359ஆம் பாடல்வரை உள்ள பல பாடல்கள் குறிப்பிடுகின்றன. நேற்றுவரை எங்களைப் போன்ற பழங் குடிகளாக இருந்த நீங்கள் இன்று 'வம்ப வேந்தர்'களாகி எங்களை அதிகாரம் செய்யப் பார்க்கிறீர்களா? என்று எதிர்ப்புக்குரல் எழுப்பும் பல பாடல்கள்[1] புறநானூற்றில் உள்ளன.

வம்ப வேந்தர் என்ற சொல்லில் உள்ள 'வம்ப' என்பதற்குப் 'புதியது' என்பது பொருள். முல்லை, குறிஞ்சி, மருதம், நெய்தல் என்ற நான்கு வகையான நில அமைப்புடைய

தமிழகத்தில், நீர்ப்பாசன நெல் உற்பத்தி உடையது மருத நிலம் ஆகும். தமிழக வரலாற்றில் இத்தகைய உபரி உற்பத்தி இயல்பாகவே அமைந்த மருத நிலத்தில் முதலில் வர்க்க வேறுபாடுகள் தோன்றும் சூழல் உருவாகின்றது. இதன் விளைவாக இனக்குழு அமைப்புச் சிதைவுற்று, அந்த இடத்தில் அன்று பார்ப்பனர்களால் அறிமுகப்படுத்தப்பட்ட சனாதன வருண முறை உருவாகின்றது. இந்த மாற்றங்கள் அரசின் தோற்றத்திற்கு வழிவகுக்கின்றன. இந்த அரசின் தலைவன் தான் 'வேந்தன்' என்பவன். மற்ற நிலப் பகுதிகளில் தோன்றாத அரசு, முதலில் புதிதாக மருதப் பகுதியில் தோன்றியதால், இதன் புதிய தலைவர்கள் 'வம்ப வேந்தர்' என்று அழைக்கப் பட்டனர். புறநானூற்றில் 'வம்ப வேந்தர்' என்று மருத நிலத் தலைவர்களைச் சாடும் சொல் வரும் பாடல்கள் முல்லை, குறிஞ்சி நிலம் சார்ந்ததாக இருப்பது கவனிக்கத் தக்கது. மருத நிலத்திலும்கூட இந்த வேந்தர் பதவிக்குப் பல இனக்குழுக்களுக்குள் போட்டி இருந்தது. 'சங்க காலச் சிறப்புப் பெயர்கள்' என்ற தன் நூலில் டாக்டர் மொ.அ.துரை அரங்சாமி சுமார் 30க்கும் மேற்பட்ட குலங்கள் பழந் தமிழகத்தில் இருந்ததைச் சுட்டிக் காட்டுகின்றார். சேர, சோழ, பாண்டியர்களுக்குள் பல குலப்பிரிவுகள் இருந்ததைக் "குடும்பமாக ஆளும் மரபைக் குல சங்கம் என்றும் இத்தகைய குல ஆட்சி முறை ஒரு சிறந்த அரசு அமைப்பாகும் என்றும் கௌடில்யர் கூறியுள்ளார். சேர, சோழ, பாண்டிய முடியாட்சி களிலும்கூட இதே காலத்தில் இத்தகைய குடும்ப ஆட்சி மரபு நிலை பெற்றிருக்கலாம். சோழ இளவரசர்கள் அரச உரிமைப்போரில் உயிரிழந்ததை இதே போன்ற ஒரு குல ஆட்சியின் அம்சமாகக் கொள்ளலாம். அத்துடன் குல ஆட்சி நிலவியமையால்தான் 4 அல்லது 5 சந்ததிகள், பல அரசர்களின் பெயர்கள் சங்க இலக்கியச் செய்யுள்களில் இடம் பெறக் காண்கின்றோம்" (தென்னிந்திய வரலாறு, ப. 131. இலங்கை அரசு வெளியீடு) என்று கே.ஏ. நீலகண்ட சாஸ்திரியார் குறிப்பிடுகின்றார்.

வர்க்க வேறுபாடுகள் முதன்மையடையாத குல அமைப்பில் சொத்துரிமை தனியாருக்கு இன்றி, மொத்த சமூகத்தின் எல்லா உறுப்பினர்களுக்கும் பொதுவானதாக இருந்தது. அத்தகைய சமூகங்களில் தலைமைப் பொறுப்பு என்பது, சுழற்சி முறையில் சமூக உறுப்பினர்கள் அனைவருக்கும் கிடைக்கும் வாய்ப்பு இருந்தது. இத்தகைய பொதுத் தன்மை களை நீக்க முயன்ற வேந்தர்கள் "பொது நீக்கி"[2] ஆட்சி செய்ய முயன்றவர்கள் எனப் புறநானூற்றுப் (8, 51, 189) ஆகிய பாடல்கள் குறிக்கின்றன. இவர்கள் குல அமைப்பின்

அங்கத்தினர்கள் அனைவரின் உரிமையை நீக்கி அந்த இடத்தில் தனிநபர் உரிமையை நிலைநாட்டினர். இத்தகைய மாறுதல்களை இயல்பானதாகக் காட்டுவதன் ஒரு பகுதியாகத் தங்களை மற்ற குலங்களிலிருந்து வேறுபட்டு உயர்ந்தவர்கள் எனக்காட்டுவதற்கு வேதங்கள், பார்ப்பனர்கள் உதவியுடன் யாகங்கள் செய்து, தங்களைச் சூரிய குலம், சந்திரகுலம் என்றும் 'பல்வேறு ரிஷிகளின் கோத்திரங்கள் வழி வந்தவர்கள் என்றும் பிரகடனப்படுத்தினர். சங்கப் பாடல்களில் வேதம், வேள்வி, பார்ப்பனர் என்று வரும் இடங்கள் அனைத்தும் தமிழ் வேந்தர்களுடன் சேர்ந்தே வருவதைப் 'பல்யாக சாலை முதுகுடுமிப் பெருவழுதி,' 'இராஜசூயம் வேட்ட பெருநற்கிள்ளி' போன்றவர்களைப் பாடும் பாடல்களின் வழியாகத் தெளிவாகப் பார்க்கலாம்.

சொத்துடைமை, அதிகாரம் போன்றவற்றில் பொதுத் தன்மையை நீக்கிய வேந்தர்கள் மொழி விசயத்தில் பொதுத் தன்மையைக் கோரினர். பழங்குடி அமைப்பு சிதைவுக் குள்ளாகி வர்ணங்களாகி விட்ட (வேற்றுமை தெரிந்த நாற்பாலுள்ளும் – புறம் – 183) நிலையில், மொத்த சமூகத்தையும், சுட்டுவதற்குத் 'தமிழ்' என்ற மொழியின் பெயரை நிலத்திற்கும், மக்களுக்கும் இட்டுத் 'தமிழ் கூறும் நல்லுலகம்', 'தமிழ்கெழு வேந்தர்', 'தமிழ் மக்கள்' என்று அழைத்தனர். இந்த மொழியின், இந்த நிலத்தின் தலைவர்கள் என்று தங்களைப் பாடிய பாணர்களுக்கும், புலவர்களுக்கும் தங்களால் கொள்ளையடிக்கப்பட்ட செல்வத்தின் ஒரு பகுதியை அளித்துத் தங்கள் புகழ் பரப்ப வேண்டினர். இன்னொரு பக்கம் வேள்விச் சடங்குகளின் வழியாகத் தங்களை மற்றவர்களிலும் மேலான வர்களாகக் காட்ட விழைந்தனர். ஆயினும் மருத நிலம் அல்லாத குறிஞ்சி, முல்லை, நெய்தல் நிலப் பழங்குடிகள் இவர்களைத் தங்கள் தலைவர்களாக ஏற்கவில்லை. வருண முறையின் ஊற்றான சனாதன வைதிக மதத்தை ஏற்க விரும்பாது அன்றைய காலத்தில் இந்தியா முழுமையும் வைதிகத்திற்கு எதிராகக் குரல்கொடுத்து வளர்ந்து வந்த அவைதிக மதங்களான சைனத்தையும், பௌத்தத்தையும் போற்றி ஏற்றனர். குலங்களின் கூட்டு மனப்பான்மைக்கும் இந்த அவைதிக மதத்துறவிகளின் 'சங்க' அமைப்பிற்கும் இடையேயான பொருத்தப்பாடு, குறிஞ்சி, முல்லைப் பகுதி மக்கள் இந்த மதங்களைத் தழுவிக் கொள்ள ஏதுவாக இருந்திருக்கிறது. 'எழுதாக் கிளவி'களான வேதங்களைப் போல் இல்லாமல், எழுதப் பெற்ற புனித நூல்களுடனும் தம் மதத்தைக் கைக்கொள்பவர்களுக்குச் சமயச் சடங்காகவே

கல்வியையும் போதித்த இம்மதங்கள் அந்தப் பழங்குடி மக்களில் பெரும்பகுதியினரைக் கல்வி கற்றவர்களாகவும் மாற்றியது. இத்தகைய தமிழ்க்கல்வி பெற்ற சான்றோர்களிடமிருந்துதான் 'பதினெண் கீழ்க்கணக்கு நூல்' என்று கூறப்படுகின்ற திருக்குறள், நாலடியார், பழமொழி நானூறு போன்ற நூல்களும், மணிமேகலை, பெருங்கதை மற்றும் பல இலக்கண நூல்களும் பின் வந்த காலங்களில் தோன்றின.

வரலாற்றின் ஊடாக இத்தகைய பின்புலங்களைப் பெற்ற தமிழ்ப் பழங்குடிக் குலங்களை வென்று அழிக்க முற்பட்ட சக்திகளாக அன்று விளங்கிய, பார்ப்பனர்களும், வேந்தர்களும், சனாதன வைதிக மதமும் தோல்வியைத் தழுவியதுதான் சங்ககால வரலாறு. ஆனால் அடுத்த நானூறு ஆண்டுகள் தமிழக வரலாற்றில் இந்த வேந்தர்களும் இருந்தனர். பழங்குடிகளும் இருந்தனர். வைதிக மதமும் இருந்தது. அவைதிக மதமும் இருந்தது. சமபலம் பெற்றிருந்ததால் போர்கள் இல்லை. இந்தக் காலகட்டத்தைச் சேர்ந்தவன்தான் காவிரிக் கரையில் 96 கோவில்கள் கட்டிய சோழன் கோச்செங்கணான் என்பவன். வேந்தர்களின் வெற்றிக் கொண்டாட்டமில்லாத இந்தக் காலத்தைத்தான் (வேறெங்கிலுமிருந்தும் வராத) களப்பிரர்கள் வந்து கைப்பற்றியதாக நம் கால வரலாற்று 'அறிஞர்'கள் எழுதி வைத்தனர். களப்பிரர்கள் யார் என்பதை? "எவ்வாறு நோக்கினும் களப்பிரர் ஆதிராசாக்களை நிலை குலையச் செய்து பிரமதேய உரிமைகளைத் தகர்த்தெறிந்த கலிகால அரசர்கள் என்று கண்டிக்கப்படுகிறார்கள்." (முற்குறிப்பிட்ட கே.ஏ. நீலகண்ட சாஸ்திரியின் நூல், ப –159) என்று சரியாகவே இனங்காட்டுகிறார் சாஸ்திரியார். ஆனால் அவர்கள் அரசர்கள் அல்லர், பழங்குடி அரசுகள் என்பதை அவரும் சுட்டவில்லை. இப்படியாகக் கி.மு. முதலாம், இரண்டாம் நூற்றாண்டுகளிலிருந்து கி.பி. 4, 5ஆம் நூற்றாண்டுகள் வரை தங்களை இந்த வேந்தர்களின் ஆக்கிரமிப்பிலிருந்து காத்துக் கொண்ட பழங்குடிச் சமூகத்தினர், சனாதன வருண தர்மத்தை எதிர்த்தவர்கள், 5ஆம் நூற்றாண்டிற்குப் பின்னர் எப்படி இதில் சிக்கிக்கொண்டனர், வருணமுறைக்கே ஆட்படாதவர்கள் பலநூறு சாதிகளாக எப்படிச் சிதைந்தனர் என்பது இன்றுவரை வெளிப்படையாக விளங்கிக்கொள்ள முடியாத புதிராகத்தான் உள்ளது. இருப்பினும் சில தகவல்கள் இதனை விளங்கிக்கொள்ள ஏதுவாகவும், தென்படுகின்றன. அவற்றுள் முதன்மையான ஒன்று 'கோவில்' என்ற 5 அல்லது 6ஆம் நூற்றாண்டிற்குப் பிற்பட்ட நிறுவனம். இதன் ஊடான தமிழ்ச் சமூகத்தை அடுத்தப் பகுதியில் பார்ப்போம்.

அடிக்குறிப்புகள்:

1. "வம்ப வேந்தன் தானை
இம்பர் நின்றும் காண்டிரோ வரவே" (புறம் – 287)

"வந்தோர் பலரே வம்ப வேந்தர்" (புறம் – 345)

இந்தப் பாடல்களில் புதிதாகத் தோன்றிய இந்த வேந்தர்களை இழிவாகப் பார்த்துப் பழங்குடியினர் பாடுவதாக உள்ளன.

"தண்ணடை மன்னர் தாருடைப் புரவி
அணங்குடை முருகன் கோட்டத்துக்
கலந்தொடா மகளிரினிகழ்ந்துநின்றவ்வே" (புறம் – 299)

"முரசு முழங்கு தானைநும் அரசும் ஓம்புமின்
ஒளிறேந்து மருப்பினும் களிறும் போற்றுமின்" (புறம் – 301)

இது போன்று முப்பதுக்கு மேற்பட்ட பாடல்களில் வேந்தர்களையும் அவர்களுடைய படைகளையும் இழித்துப் பேசி, தங்களிடம் பெண் கேட்ட வேந்தர்களைப் பழங்குடியின ரான தங்கள் தகுதிக்குச் சற்றும் பொருத்தமில்லாதவர்கள் என இழித்துப் பேசும் மகள் மறுப்புப் பாடல்களும் நிறைய உள்ளன.

2. "வையங் காவலர் வழிமொழிந் தொழுகப்
போகம் வேண்டிப் பொதுச் சொற் பொறாஅ
இடம்சிறி தென்னும் ஊக்கம் துரப்ப" (புறம் – 8)

பழைய உரைகாரர் (13ஆம் நூற்றாண்டு) கூறும் பொருள்:

"நாட்டைக் காக்கும் அரசர், வழிபாடு சொல்லி நடக்க, நுகரும் இன்பத்தை விரும்பி, பூமி பிற வேந்தர்க்கும் பொது என்னும் வார்த்தைக்குப் பொறாது."

இந்த உரைகாரர் 'காவலர்' என்பதற்கு 'அரசர்' என்றும் 'பொதுச்சொல் பொறாஅ' என்பதற்குப் 'பூமி பிற வேந்தர்க்கும் பொது என்னும் வார்த்தை பொறாது' என்று எழுதுவதற்குப் பாடலில் வரும் வரிகள் இடம் கொடுக்கவில்லை என்பதைக் கவனிக்க வேண்டுகின்றேன். காவலர் என்பதற்குப் பழங்குடித் தலைவர் என்று பொருள் கொள்ளலாம். இத்தகைய பாடல் வரிகளுக்குத் தன் காலத்து நிலையை மனதில்கொண்டு உரைகாரர் பொருள் எழுதுகின்றார்.

"தண்டமிழ் பொதுவெனப் பொறாஅன்"
(தண்டமிழ் – தமிழ்நாடு) (புறம் – 51)

"தென்கடல் வளாகம் பொதுமையின்றி
வெண்குடை நிழற்றிய வொருமை யோர்க்கும்" (புறம் –189)

கோவில் – நிலம் – சாதி – II

புகழ்பெற்ற வரலாற்று ஆசிரியரான *A.L.* பசாம் தன்னுடைய சிறந்த நூலான "த ஒண்டர் தட் வாஸ் இந்தியா" நூலில் (இந்த நூல் "வியத்தகு இந்தியா" என்னும் பெயரில் தமிழில் மொழி பெயர்க்கப்பட்டு *1963*இல் இலங்கை அரசாங்கத்தால் வெளியிடப்பட் டுள்ளது. தமிழ் மொழிபெயர்ப்பு *700* பக்கங்கள் உடையது.) *287*ஆம் பக்கத்தில் "பண்டைய இந்திய நகர் ஒன்று பற்றிய வியத்தகு விவரம் பழந்தமிழ்ப் பாட்டுகளில் ஒன்றாகிய மதுரைக் காஞ்சியில் உள்ளது; இத்தகைய விவரங்களுள் இதுவே சாலவும் சிறந்தது என்பது ஒருதலை. இது கி.பி. இரண்டாம் நூற்றாண்டில் வாழ்ந்த பாண்டியன் நெடுஞ்செழியன் என்பான் மேற்பாடப் பெற்ற பனுவல் என்ப. ஆயின் இஃது ஒரு நூற்றாண்டோ, இரண்டு நூற்றாண்டோ பிந்தியதா யிருத்தல் கூடும். அவ்வரசனுடைய புகழைப் பலவாறு விரித்துரைத்த பின், புலவர் அவனுடைய இராச்சியத் தின் பல்வேறு பிரதேசங்களை வருணித்து இறுதியில் அவன் தலைநகராகிய மதுரையைச் சொல்லோவிய மாகத் தீட்டி உள்ளார். மேற்கோளாகக் காட்டுவதற்கு இது மிக நீண்டதாயிருப்பதால் இவ்வழகிய பாட்டில் நகர வருணனையாகவுள்ள பகுதியையேனும் ஈண்டுச் சுருக்கித் தருதல் வேண்டும். உள்ளதை உள்ளவாறு கூறும் இப்பாட்டின் தன்மை நவிற்சிக்கு ஒப்பான தொன்றை வடநாட்டு இலக்கியங்களில் காண்பது அரிது," என்கிறார்.

பேராசிரியர் பசாம் அவர்கள் தமிழ் இலக்கியங் களை முழுமையும் அறியும் வாய்ப்புப் பெற்றிருந்தால் இந்தியாவின் வணிகச் சிறப்பும், வணிக நகரங்களின்

சிறப்பும், செழிப்பும், துறைமுக நகரங்களின் நெருக்கடிகளும், தமிழ் தவிரப் பிற மொழிகளில் சொல்லப்படவே இல்லை என்று எழுதி இருப்பார். இதில் நாம் கவனிக்க வேண்டிய ஒரு முக்கிய விஷயம் கி.பி. 2, 3ஆம் நூற்றாண்டுகளில் இந்தியாவில் எழுத்து வடிவம் பெற்றிருந்த மொழிகள் தமிழ், புதிய சமஸ்கிருதம், பாலி, பிராகிருதம் மட்டுமே என்பதும், தெலுங்கு, கன்னடம், வங்காளி, இந்தி போன்ற மொழிகளை அன்று யாரும் அறிந்திருக்கவில்லை; ஏனெனில் இம்மொழிகள் அக்காலத்தில் எழுத்து வடிவம் பெறாததினால் ஒரு மொழியாகத் தோன்றவில்லை; அத்தகைய மொழிவடிவம் பெற இம்மொழிகள் அடுத்து 800 ஆண்டுகள் காத்திருந்தன என்பதும் ஆகும். பேராசிரியர் பசாம் தன்னுடைய மற்றொரு ஆய்வு நூலான "ஆஜிவகம்" பற்றிய செய்திகளுக்குப் பெரும் பான்மையும் தமிழ்நூல்களிலிருந்துதான் தரவுகளைத் தருகின்றார் என்பதும் குறிப்பிடத்தக்கது.

சாகித்ய அக்காதமி வெளியிட்டுள்ள 'வங்க இலக்கிய வரலாறு' என்ற நூலுக்கு ஓர் அரிய முன்னுரை எழுதி உள்ளவர் ஜவகர்லால் நேரு ஆவார். அதில் நேரு அவர்கள் இந்திய மொழிகளின் சிறப்பைப் பேசும் இடத்தில், சமஸ் கிருதத்தை ஒட்டி, வளமான, பழமையான மொழியாகத் தமிழைக் குறிப்பிட்டு வியக்கின்றார். "நமது நாட்டில் வழங்கும் மொழிகளின் வேர்கள் எவ்வளவு காலத்துக்கு முன் தொடங்கி உள்ளன என்று காண முயல்வது மிக்க சுவையானது. அதனால் நமக்கு ஓரளவு வியப்பும் உண்டாகிறது. அவை எல்லாவற்றிலிருந்தும் தமிழ் தனித்து நிற்கிறது. மிகப் பண்டைய பழங்காலம் வரை அது செல்கிறது என்பது கவனிக்கத்தக்கது."

(வங்க இலக்கிய வரலாறு, சாகித்திய அக்காதமி 1965 – முன்னுரை vii)

பேராசிரியர் அவர்கள் அரசனின் தலைநகரமாகக் குறிப்பிடும் மதுரை மற்றொரு வகையில் புகழ்பெற்ற வணிக நகரமாகவும் திகழ்ந்தது. இரவும் பகலும் மக்கள் நடமாட்டம் மிகுந்திருந்ததால் நாளங்காடி, அல்லங்காடி என்று நாளின் இருபத்து நான்கு மணி நேரமும் உயிர்ப்புடன் இருந்தது. இத்தகைய நகரங்களாக 1.கிழக்குக்கரை, 2.கொல்லத்துறை, 3. எயிற்பட்டினம், 4. அரிக்கமேடு, 5. காவிரிப்பூம்பட்டினம், 6. தொண்டி, 7. மருங்கூர்ப்பட்டினம், 8. கொற்கை, 9. குமரி என்று பல நகரங்கள் கி.பி. 2ஆம் நூற்றாண்டில் இருந்து கி.பி. 7ஆம் நூற்றாண்டு வரை சிறப்புற்று விளங்கின. உள்நாட்டு நகரங்களில் உறையூர் ஆடை நெசவில் புகழ்பெற்று விளங் கியது. இந்த நகரங்களில் உள்நாட்டு, வெளிநாட்டு வணிகர்

களின் கூட்டம் நிரம்பி வழிந்தது. பல மொழிகளில் பேசும் ஒலிகள் எங்கும் கேட்டன. சுருக்கமாகக் கூறினால் எப்பொழுதும் விழாக்கோலம் பூண்டு விளங்கின எனலாம். இத்தகைய நகரங்களைப் பற்றிய வருணனைகள், குறிப்புகள் என்பன அகநானூறு 167, 245,) பட்டினப்பாலை, மதுரைக் காஞ்சி, சிலப்பதிகாரம், மணிமேகலை, சீவகசிந்தாமணி, பெருங்கதை போன்ற நூல்களில் பெரியளவில் உள்ளன. இது மட்டுமின்றி வணிகர்கள் என்பவர்கள் எப்படி இருக்க வேண்டும் என்பது பற்றித் திருக்குறள் போன்ற அறநூல்களிலும், வணிகர்களின் இயல்பைத் திவாகரம் போன்ற நிகண்டு நூல்களிலும் பரக்கக் காணலாம். இவை அல்லாது இந்தக் காலகட்டத்து வெளிநாட்டுப் பயணிகளின் குறிப்புகளிலும் இந்தச் செய்திகளைக் காணலாம்.

இந்தியா அன்றைய உலகின் மேற்குப் பகுதிக்கும் – கிழக்குப் பகுதிக்கும் இடைப்பட்ட நிலப்பகுதியில் இயற்கையாக அமைந்திருந்தது. மேற்கே கிரீஸ், ரோம், அரேபியாவிலிருந்து, கிழக்கே சீனா, பர்மா, தாய்லாந்து, மலேசியா (அந்தக் காலத்தில் இந்நாடுகள் சயாம், சாவகம், மாயிருடிங்கம், மாப்பப்பாளம் என்று அழைக்கப்பட்டன.) போன்ற நாடுகளுக்குமான கப்பல் போக்குவரத்துப் பாதையின் சுமார் 10,000 கி.மீ வரையான தூரத்தில் கிட்டத்தட்ட பாதியில் தமிழகம் அமைந்திருக்கின்றது. தமிழகத்தின் துறைமுகங்கள் என்பன இரண்டு பகுதிகளிலிருந்தும் வரும் கப்பல்கள் – தங்களின் நீண்ட பயணத்தின் விளைவாகத் தீர்ந்துவிட்ட உணவுப் பொருள்களையும், முக்கியமாகக் குடிப்பதற்கான நீரையும் மீண்டும் சேகரித்துக் கொள்வதற்கான இடமாகவும், பயணக் களைப்பைப் போக்கிக் கொண்டு, மேற்கொண்டு பயணம் செய்வதற்குத் தயாராகும் இடமாகவும் இருந்தது. அத்துடன் தமிழகத்தின் இயற்கையான விளைபொருட்களான மிளகு, அரிசி போன்ற உணவுப் பொருள்களும், முத்து, பவளம், யானைத் தந்தம், சந்தனம், அகில் போன்ற ஆடம்பரப் பொருள்களும், கிழக்கு – மேற்கு ஆகிய இரண்டு திசை நாடுகளுக்கும் தேவையான பொருள்களாக இருந்தபடியால் வெளிநாட்டு வணிகர்களால் பெரிய அளவில் தமிழ் வணிகர்களிடமிருந்து கொள்முதல் செய்யப்பட்டன. இன்னொரு முக்கியமான செய்தி, நெடுந்தொலைவிலிருந்து இயற்கையின் சீற்றங்கள், கடல் கொள்ளையரின் கொடூரத் தாக்குதல்கள் போன்றவற்றை வெற்றியுடன் சமாளித்து இருபுறமிருந்தும் வரும் வணிகர்கள் தாங்கள் தேடிய பொருள்கள் தமிழகத் துறைமுகங்களில் கிடைத்ததால் சற்று அதிக விலை கொடுத்து வாங்கவும் தயங்கவில்லை. இத்தகைய சூழலைத் தமிழ்

வணிகர்கள் நன்கு பயன்படுத்திக் கிழக்கு மேற்கு நாடுகளின் பொருள்களை வாங்கி மாற்றிவிடும் தரகு வணிகர்களாகவும் விளங்கினர். இதனால் உள்நாட்டு, வெளிநாட்டு வணிகத்தில் ஈடுபடும் தமிழர்கள் பெருந்தொகையினராக இருந்தனர். இத்தகைய சமூக அமைப்பில்தான் தமிழ் அகப்பாடல்களில் வரும் "தலைவனின் பொருள் வயிற் பிரிவு" என்ற துறைக்கு நாம் விளக்கம் காணமுடியும். பழங்குடி, விவசாயச் சமூகம் சார்ந்தவர்களுக்கு ஊர்விட்டு ஊர் போதல் என்பதும், அதுவும் பொருள் சேகரிக்கச் செல்வது என்பதும் சாத்தியம் இல்லாதது மட்டுமின்றிப் பொருத்தமில்லாததும் ஆகும் என்பதும் கவனிக்கத்தக்கது.

இக்காலகட்டம் (அதாவது களப்பிரர் காலம்) இன்னொரு வகையிலும் சிறப்புற்று விளங்கியது. புதிய சமஸ்கிருத இலக்கியத்தில் முதலில் நூல்களைப் படைத்தவர் என்று கருதப்படுகின்ற புகழ்பெற்ற கவிஞர் காளிதாசன், வடமொழியில் அலங்கார சாத்திரம் படைத்த தண்டி ஆசிரியர் போன்றோர் அன்றைய காஞ்சிபுரத்தைக் கல்வியில் இந்தியாவிலேயே சிறந்த நகரம் என்று வருணிக்கின்றனர். இந்தியாவுக்கு வந்த சீனப் பயணிகளில் பலர் தாங்கள் மொழிபெயர்த்துச் சென்ற சிறந்த நூல்களில் பல, இன்றைய கடலூரான திருப்பாப்புலியூர் (இதன் அக்காலப் பெயர் பாடலிபுத்திரம்) என்று குறிக்கின்றனர். புகழ்பெற்ற நாளந்தாப் பல்கலைக் கழகத்தின் தலைவராக இருந்த தர்மபால ஆசிரியர், ஆசாரிய புத்ததத்த மகாதேரர், இந்தியாவின் "காண்ட்" என்று நவீன கால பௌத்த அறிஞர் செர்பாட்ஸ்கியால் புகழப்படும் தர்மகீர்த்தி போன்ற பல மொழிகளில் நூற்கள் எழுதிப் புகழ்பூத்த அறிஞர்களில் பலர் தமிழர்கள் என்பதும், இவர்களில் பலர் களப்பிரர் காலத்தவர் என்பதும் கவனிக்கத்தக்கது.

இத்தகைய சூழலில் தமிழ் மொழியும் தன் வளத்தைப் பெருக்கிக் கொண்டதும் இக்காலம் எனலாம். சிதறிக் கிடந்த சங்கச் செய்யுட்கள் தொகுக்கப்பட்டு நூல் வடிவம் பெற்றதும், சிலப்பதிகாரம் – பெருங்கதை – சிந்தாமணி போன்ற காப்பியங்கள் படைக்கப்பெற்றதும், பலவான யாப்பிலக்கண நூல்களும், பதினெண் கீழ்க்கணக்கு நூல்களான அறநூல்கள் இயற்றப்பட்டதும், தொகுக்கப்பட்டதும் இந்தக் கால கட்டத்தில்தான். பள்ளிக்கூடங்கள் பல தொடங்கப்பெற்றுச் சிறுவர்களுக்கு வர்ணமுறை பாராது முறையான எழுத்தறிவு புகட்டப்பெற்றதும் இந்தக் காலத்தில்தான். (பள்ளி என்ற சொல் தமிழில் உருவானது இந்தக் காலப்பகுதியில்தான்.) பழங்குடிப் பிரிவுகளாகப் பிரிந்தும், குடிப்பெருமை பேசித் தங்களுள் வேறுபட்டும் கிடந்த தமிழ்ச் சமூகத்தை ஒருங்

கிணைக்கும் பணியை ஜைன, பௌத்த மதங்கள் மேற் கொண்டன. சட்டத்திற்கு அஞ்சி நடக்கும் மனிதனைவிடத் தன் மனத்திற்கு அஞ்சி நடக்கும் மனிதனே செம்மையான மனிதன் என்ற கருத்தை அடிப்படையாகக் கொண்டு பௌத்தத்தின் நான்கு ஆரிய சித்தியங்கள் (சிறந்த உண்மைகள்), சமண மதத்தின் அணுவிரதம் என்று கூறப்படும், கொல்லாமை, பொய்யாமை, கள்ளாமை, பிறன்மனை விரும்பாமை, பொருள்வரைதல் போன்ற அறங்களை இம்மதங்களை ஏற்றுக்கொண்ட தமிழர்கள் தங்கள் குழந்தைகளுக்கும் கற்பித்தனர். அதற்கான நூல்கள்தாம் திருக்குறள், நாலடியார், பழமொழி நானூறு, முதுமொழிக்காஞ்சி போன்ற அறநூல்கள். இவற்றை நீதி நூல்கள் என்பது பொருந்தாது. நீதி என்பது அச்சுறுத்திப் பணிய வைப்பது. அதிகாரம்தான் நீதியை வழங்கும். அறம் என்பது மனித மனத்தை இளமை முதற் கொண்டு பண்படுத்தி – அதன் விளைவாக மனிதனை உருவாக்குவது. எத்திக்ஸ், ஜஸ்டிஸ் என்ற இரண்டு வேறுபட்ட பொருள் உள்ள ஆங்கிலச் சொற்களை ஒரே பொருளில் தவறாக மொழிபெயர்த்துக் குழப்பியதால் வந்த பிழை இது. பிற்காலத்தில் தமிழ் நாட்டில் வேந்தர்களாலும், ஊர்ச் சபைகளாலும் நீதி நூல்களாக ஏற்றுக் கொள்ளப்பட்டவை மனுநீதி, நாரதநீதி போன்ற நூல்கள்தாம் என்பதும் திருருக் குறள் போன்ற நூல்கள் அல்ல என்பதும் கவனிக்கத்தக்கது.

இவ்வாறு பொருளாதாரம், கல்வி, ஒழுக்கம், பரஸ்பர ஒற்றுமை (இதனால் இக்காலத்தில் தமிழ்நாட்டில் போர்கள் பற்றிய செய்திகள் மிகவும் குறைந்திருக்கின்றன) எனப் பல வகைகளில் தமிழ் மக்கள் மேம்பட்டிருந்தனர். இத்தகைய அமைதியான சூழலால் ஆறுகள் சீரமைக்கப்பட்டன. பெரும் ஏரிகள் உருவாக்கப்பட்டன. (சங்க இலக்கியங்களில் ஏரி என்ற சொல் ஒரு இடத்தில்தான் வருகின்றது) காடுகள் பல அழிக்கப்பட்டு விளை நிலங்களாக மாறின. வேறு வகையில் கூறினால் குறிஞ்சி, முல்லை நிலப்பகுதிகள் மருத நிலங்களாக மாற்றப்பட்டன. இதன் விளைவாகச் சங்க காலத்தை ஒப்பிட்டுக் காண்கையில் கூடுதல் தொகையின ரான நில உடைமையாளர்கள் தோன்றினர். பிற்காலங்களில் உருக்கொண்ட கோவில் பொருளாதாரத்திற்கும், சாதி அமைப்பிற்கும் இத்தகைய நில உடைமை வர்க்கங்களின் உருவாக்கம்தான் உறுதுணையாக நின்றது.

இவை ஒருபுறம் கிடக்கட்டும். தமிழக வரலாற்றில் முன் எப்போதும் இல்லாத பொலிவும், இன்பமும், பின் எப்போதும் இல்லாத போர்களற்ற அமைதியும் நிலவிய இக்காலப் பகுதியை “இருண்ட காலமாக்கி” இருபதாம்

நூற்றாண்டின் பல "அறிஞர்கள்" கூறுவதைப் பாருங்கள். தி.வை. சதாசிவப்பண்டாரத்தார் கூறுகிறார்: "கி.பி. மூன்றாம் நூற்றாண்டில் தமிழகமானது அதற்கு முன்னர் என்றும் கண்டறியாத துன்ப நிலையை எய்துவதாயிற்று. இப்பெரு நிலப்பரப்பானது முதல் முதல் பிறமொழியினதாகிய அயலாரது ஆட்சிக்குள்ளாகித் தன் சீரும் சிறப்பும் இழந்த காலம் இதுவே எனலாம். இக்காலப் பகுதியில் தமிழ்நாடு ஏதிலாரது புதிய அரசியல் முறைக்கு உட்பட்டதோடு தனக்குரிய கலை நாகரிகங்களையும் பிற சிறந்த பண்பு களையும் இழந்துவிடும்படி நேர்ந்தமையும் குறிப்பிடத் தக்கதாம் . . . ஆகவே கி.பி. மூன்றாம் நூற்றாண்டின் இடைப் பகுதி முதல் கி.பி. ஆறாம் நூற்றாண்டின் பிற்பகுதி வரையில் நடைபெற்ற அயலார் ஆட்சியில் தமிழ்மொழி போற்றுவா ரற்றுத் தன் வளர்ச்சியும் பெருமையும் இழந்து தாழ்ந்த நிலையை எய்தி இருந்தமை உணரற்பாலதாகும்" (*தமிழ் இலக்கிய வரலாறு, கி.பி. 250 – 600 அண்ணாமலைப் பல்கலைக் கழகம் – 1977, பக்கங்கள் 15, 16*). பெரும் புலமைப் பெற்ற ஔவை துரைசாமிப் பிள்ளை அவர்கள், "இக்களப்பிரர்கள் தமிழரல்லர். தமிழ்நாட்டவரும் அல்லர். பல்லவர்கள் புகுவதற்கு முன்பே தமிழகத்திற்குள் புகுந்து சங்ககாலத் தமிழ் வாழ்வைச் சீரழித்தவர். அவர்கள் புகுவதற்கு முன் தமிழகம் நாடு புகழும், நலம் சிறந்து விளங்கிற்று. அத்தகைய தமிழகம் கல்வி, வணிகம், பொருள், அரசியல் – சமயம் என்ற துறைகளில் களப்பிரர் வரவால் பெருவீழ்ச்சியுற்றது.

"அவ்வத்துறைகளை விளக்கும் தமிழ் நூல்கள் அழிந்தது அக்காலத்தேயாகும். சுருங்கச் சொல்லுமிடத்து, தமிழர்களின் கல்வியைச் செல்வாக்கிழப்பித்துக் கடல் வாணிகத்தை உடலறக் கெடுத்துப் பொருள் விளக்கத்தை இருள்படுத்தி அரசியலை அலைத்தழித்துச் சமயத்தைக் குமைத்து நின்றது களப்பிரரது கடுங்கோலாட்சி என்பது அமையும்" (*சிவஞான போதம் மூலமும் சிற்றுரையும் – 1985, ப 45 – அண்ணாமலைப் பல்கலைக்கழகம்*). என்று வன்மத்துடன் எழுதி வருபவர் சிவஞான போதத்தின் ஆசிரியர் மெய்கண்டாரின் தந்தையார் பெயர் அச்சுத களப்பாளர் என்று இருக்கவும் தடுமாறிப் போய், "இக்களப்பிரர் பண்டை வரலாற்றில் காணப்பட்ட போதிலும் அவர்கள் நிலைபெறத் தங்கி ஆட்சி நடத்தியதாக ஒரு நாடும் காணப்படவில்லை. இதனைப் பிருக சங்கிதையே நன்கு காட்டுகிறது. எனவே அவர்கள் ஓரிடத்தும் நிலையாகத் தங்காமல் மக்களைச் சூறையாடுவதே தொழிலாக மேற் கொண்டிருந்த நாடோடிகள் எனத் தெரிகின்றது. இப்பெற் றியராகிய களப்பிரரே பிற்காலத்தில் களப்பாளராகிய

மன்னுயிர் பேணும் தமிழ் வேளாண் பெருமக்களாகத் திகழ்ந்தனர் என்பதும், இப்பெருமக்கள் வழிவந்த சிவஞானப் பெருவள்ளலாகிய மெய்கண்ட தேவரைக் களப்பிரர் என உய்த்துணர உரைப்பதும், உண்மையறிவுக்குப் பொருந்துமா என்பதை அறிஞர்கள் கண்டு கொள்வார்களாக" (மேற்குறிப் பிட்ட நூல் ப. 46) என்கிறார். இவர்கள் இப்படிச் சொல்ல, இன்னும் ஒருபடி மேலே போய் வேதாசலம் பிள்ளை என்ற மறைமலையடிகள் தனது "மாணிக்க வாசகர் வரலாறும் காலமும்" என்ற நூலில் (பின் வந்த காலங்களில் இந்த நூல் கருத்துகள் பெரும் அளவு பிழையானவை என்று அறிஞர்களால் மறுக்கப்பட்டு ஓரங்கட்டப்பட்டது) 334ஆம் பக்கம் முதல் 361ஆம் பக்கம் முடிய 'சமணர்கள் தமிழ் ஆகமங்களை அழித்தமை' என்ற தலைப்பிலான பகுதியில் இந்தத் தலைப்பிற்குக் கடுகளவேனும் தொடர்பில்லாத செய்தி களை எழுதிவிட்டு, 341 – 342ஆம் பக்கத்தில், "பின் சமணமதம் தலையெடுத்து அக்காலத்திலிருந்து தமிழ்ச் சிவ ஆகமங்களை நெருப்பிலிட்டுக் கொளுத்தி அழித்து விட்டமையின், சமண காலத்தில் அவை வழங்காதொழிந்தன," என்று தங்கள் சாதிகளுக்கு ஒவ்வாத வரலாற்றுச் செய்திகளைத் திரித்து எழுதிச் செல்கின்றார்.

பரந்த கல்வி அறிவும் – சிந்தனைத் திறமும் பெற்றவர் களானாலும் தன் பெருமை, தன் சாதியின் மேன்மை பேசியவர்கள் மற்றவர்களைவிடத் தான் பாரம்பரிய பெருமை மிக்கவன் என்ற எண்ணங்கொண்டவர்கள் வரலாற்றை இப்படியெல்லாம் திரித்துக்கூறத் தயக்கமோ, வெட்கமோ கொள்ளத் தயங்கமாட்டார்கள் என்பதற்கு மேலே காட்டிய கூற்றுகள் பொருத்தமான சாட்சியங்கள். இவர்கள் இவ்விதம் பேசுவதற்குத் துணையாகக் கொள்ளும் வேள்விக்குடிச் செப்பேடுகளைப் பற்றிக் கொஞ்சம் பார்ப்போம்.

தமிழ் நாட்டிலிருந்து எப்பொழுது இடம் பெயர்ந்தது என்பது தெரியாமல் – பிரிட்டிஷ் மியூசியத்தில் இருக்கும் இதன் மசிப் படங்கள் (பிரதி செய்யப்பட்ட செப்பேடு நகல்) 1893இல் பிளீட் என்பவரால் தமிழ்நாட்டிற்கு அனுப்பப் பட்டன. அதில் உள்ள வரலாற்றுச் செய்தி வெளிப்பட்டது 1923இல்தான். எச். கிருஷ்ணசாஸ்திரி என்ற தொல்பொருள் ஆய்வாளர் இதனை வெளியிட்டார். காலத்தால் மிகவும் பழமையான செப்புப் பட்டயமும் இதுதான். இதன் வெளிப் பாட்டுக்குப் பின்னர்தான் சங்க காலத்திற்குப் பிந்திய பாண்டியர்களின் வரலாறு சிறிது வெளிச்சம் பெற்றது. இந்த ஆவணம் குறிப்பிடும் செய்தி, "கி.பி. 768 ஆண்டில் ஒருநாள் மாட மாமதில்கள் நிறைந்த கூடல் மாநகரில்

கிரிவரன், கிரிமனோகிரன், விக்ரம பாரகன், வீரபுரோகன் என்றெல்லாம் புகழ்பெற்ற பாண்டிய மாமன்னன் நேரியன் கோன் நெடுஞ்சடையன் வீதி உலாவந்து கொண்டிருந்த வேளையில் "கொற்றவனே" என விளித்து வீதியில் விழுந்தான் ஒரு பார்ப்பனன். சிண்டும், பூணூலும், மண்ணில் புரள விழுந்தெழுந்து கையேந்தி நின்ற அப்பார்ப்பனனின் பெயர் கொற்கை கிழான் நற்சிங்கன். "என்ன உன் குறை?" என்று பாண்டியன் கேட்டபொழுது பார்ப்பனன் கீழ்க்கண்டவாறு கூறியிருந்தான்: "முன்னாளில் உமது முன்னோரால் பாகனூர்க் கூற்றத்தைச் சேர்ந்த விண்ணளாவிய சோலைகள் சூழ்ந்த வேள்விக்குடி என்னும் ஊரை உனது மூதாதையர் வேள்வி நடத்திக் கொடுத்ததற்காக எனது மூதாதையர்க்குத் தாரை வார்த்துத் தந்திருந்தனர். ஆனால் அந்த தானம் களப்பிரர் என்னும் கலியரசரால் நீக்கப்பட்டது. எனக்கு நீ அதை மீட்டுத் தரவேண்டும்."

இதைக்கேட்ட அரசன் அவன் கூறியதை ஏற்று தம் முன்னோரால் தரப்பட்டது எனப் பெருமை கொண்டு அந்த வேள்விக்குடியை மீண்டும் அப்பார்ப்பானுக்கு நீர் வார்த்துத் தானம் செய்தான்.

இந்தச் செப்பேட்டுச் சாசனத்தில் பயின்று வரும் சில தொடர்கள் கூர்ந்து கவனிக்கத்தக்கன.

மற்று அவர்க்கு மகனாகி பொதுநீக்கி – (பாண்டியர் செப்பேடுகள், ப. 23) பரதவரைப் பாழ்ப்படுத்தி, குறுநாட்டவர் குலங்கெடுத்து, (பாண்டியர் செப்பேடுகள், ப. 24) துறைகடல் வளாகம் பொதுமொழி அகற்றி (பாண்டியர் செப்பேடுகள், ப. 25) – இதனுடன் புறநானூறு 189ஆவது பாடல் வரிகளை ஒப்பிட்டுப் பாருங்கள்.

> "தென்கடல் வளாகம் பொதுமையின்றி
> வெண்குடி நிழற்றிய ஒருமை யோர்க்கும்."

சென்ற இதழ்க் கட்டுரையில் சங்க கால வேந்தர்கள் நிலவுடைமையில் "பொது நீக்கச்" செய்த முயற்சிகள் வெற்றி பெறவில்லை என்று கண்டோம். ஆனால் வேள்விக்குடிச் செப்பேட்டுக் காலத்தில் அதனை வெற்றிகரமாக முடித்து விட்டதைப் பார்க்கின்றோம். சங்ககாலப் பல்யாகசாலை முதுகுடுமி பெருவழுதி செய்யமுடியாத செயலை நானூறு அல்லது ஐநூறு ஆண்டுகளில் அவன் பரம்பரையைச் சேர்ந்த நெடுஞ்சடையன் பராந்தக பாண்டியன் செய்து முடித்து விடுகின்றான்.

இரண்டாவதாகக் குறிஞ்சி, முல்லை, நெய்தல் நிலப் பழங்குடிகளைத் தங்கள் ஆட்சிக்குள் கொண்டு வருவதில் வெற்றிபெற இயலாத நிலை சங்க கால வேந்தர்களுக்கு இருந்தது. அவர்கள் சந்ததியினர் அதனை வெற்றிகரமாக நிறைவேற்றி – பழங்குடிகளை அழிப்பதைப் பார்க்கின்றோம்.

மூன்றாவதாகப் புறநானூற்றுப் பாடல் 189இல் "தென் கடல் வளாகம் பொதுமையின்றி" ஆள நினைத்த வேந்தர்கள் தோல்வியுறுவதைக் காணும் நாம், அடுத்த 500 ஆண்டுகளில் அவர்கள் மரபினர் வெற்றியும் பெற்றுத் தாம் அளித்த பட்டயத்தில் அதே மொழிகளையும் பொறிப்பதைப் பார்க்கையில் ('மகீதலம் பொதுநீக்கி', பாண்டியர் செப்பேடுகள் ப. 39) மிக்க வியப்பாக இருக்கிறது. அந்த 189ஆம் புறப் பாடலுக்குப் பின்னர் – அதாவது சங்க காலத்திற்குப் பின்னர் அந்த வரிகள் இந்தப் பட்டயத்தில்தான் வருகின்றன என்பது குறிப்பிடத்தக்கது. வேள்விக்குடி சாசனம் அளித்த வேந்தனான நெடுஞ்சடையன் பராந்தகன் கொடுத்த மற்றொரு செப் பேடான சீவரமங்கலச் செப்பேட்டில்தான் தமிழக வரலாற்றில் முதன்முதலாக மனுநீதிப்படி ஆட்சி புரிவது என்ற தொடர் வருகின்றது. (பாண்டியர் செப்பேடுகள் பத்து, ப.68) சங்க காலத்தில் வெற்றி அடைய முடியாத பார்ப்பனர்கள், சூத்திரர்கள் கூட்டமைப்பு 500 ஆண்டுகளுக்குப் பின்னர் வெற்றிவாகை சூடிய வரலாற்றைப் புரிந்துகொள்ள சைவ நாயன்மார்கள், வைணவ ஆழ்வார்கள் போன்றவர்களின் நடவடிக்கைகளை நாம் ஆராய வேண்டிய தேவை உள்ளது. இதனை அடுத்தப் பகுதியில் பார்ப்போம்.

○

கோவில் – நிலம் – சாதி – III

தமிழக வரலாற்று அறிஞர்கள் அடுத்து நாம் பார்க்கப் போகும் காலத்தை அரசியல் ரீதியாகப் 'பல்லவர் காலம் (கி.பி. 600 – கி.பி. 900), பிற்காலச் சோழர் காலம் (கி.பி. 900 – கி.பி. 1300)' என்றும், சமய ரீதியாகப் 'பக்தி இயக்கக் காலம், சைவ எழுச்சிக் காலம்' என்றும் குறிப்பிடுவார்கள். இந்தக் காலகட்டத்தின் சிறப்பியல்புகளாகப் "பண்ணோடு தமிழும்," இயற்கை இயைந்த வாழ்க்கையும், அகனைந்திணை ஒழுக்கமும் மாறுபடுமோ என்ற அச்சம் வந்தபோது அவற்றிற்கு எதிராகத் தமிழ் வழக்கிற்கு மாறாகப் புகுந்த அயல் வழக்கை எதிர்த்துத் தமிழ் வழக்கை நிலைநிறுத்த வேண்டியதாயிற்று. இந்தப் பணி சமயக் களத்தில் செய்யப் பெற்றது என்றாலும் அது முற்றாகச் சமயப் பணி மட்டுமன்று. சிறந்த சமுதாயப் பணியுமாம். வழி வழி வந்த தமிழ் நாகரிகத்தை நிலைநிறுத்திய பணியுமாம்," என்று குன்றக்குடி அடிகளார் (பழையவர்) குறிப்பிடுவதில் உண்மையுண்டு என்று ப. கிருஷ்ணன் ("தமிழ் நூல்களில் தமிழ் மொழி தமிழ் இனம் தமிழ்நாடு") கூறுகின்றார் (பக். 154,155) 'தமிழ் நாட்டு வரலாறு பல்லவர் – பாண்டியர் காலம்' – தொகுதி 2, ப. 3இல், "சைவ – வைணவ இயக்கங்கள் எழுச்சி பெற்றதால் மக்கள் சாதி வேறுபாடின்றி ஒருங்கிணைந்து கூட்டமாக வாழ முனைந்தனர் என்பதை அறிந்து இன்புறலாம். மக்கள் சாதி அடிப்படையில் வேறுபட்டிருந்த போதும் சமய அடிப்படையில் ஒன்றுபட்டு வாழ்ந்தனர்," என்று சொல்லப்படுகிறது. தென்னிந்திய வரலாறு ப. 229இல் கே.ஏ. நீலகண்டசாஸ்திரி "பொதுவாக நோக்குமிடத்து இடைக்கால அரசியல் அமைப்பு, சமூகத்தின் உயர்வர்க்கத்தினரின் நலனைக் கருத்தில்

கொண்டு அமைந்ததாகும் என்பது தென்படும்; அத்துடன் இது பொதுமக்களைப் புறக்கணித்தும்விட்டது. எனினும் இவ்வாட்சி அமைப்பின் கீழ் செல்வம் படைத்தோர் தமது செல்வத்தைச் சமூகத் துறையில் பயன்படுத்திய முறை காரணமாக அவர்களிற் காணக்கூடிய மிதமிஞ்சிய குறை பாடுகள் ஓரளவு குறைந்தன" என்றும், ப. 365இல் "பிராமண ருக்குக் கொடுக்கப்பட்ட இடம் எல்லா வகையிலும் நீதி யானதே என்பதைச் சமூகத்தின் மற்றைய வகுப்பினர் தாமாகவே மனப்பூர்வமாக ஒப்புக்கொண்டனர். உண்மையில் சாதியமைப்பும் அது உணர்த்தும் சமூக, பொருளாதார முறைகளும் ஏறக்குறைய எல்லோராலும் ஏற்றுக்கொள்ளப் பட்டன. இதன் அடிப்படையில் ஆக்கப்பட்ட சமூக ஒழுங்கை நிலைநிறுத்துவது அரசனின் முக்கியக் கடமையாகக் கொள்ளப்பட்டது. வெவ்வேறு பிரிவுகளைச் சார்ந்த மக்கள் உணவு, விவாகம் சம்பந்தப்பட்ட வகையில் தனித்தனியே பிரிந்து நின்றதற்கும், அதே வேளையில் கோவிலையும் அதன் சுற்றுப்புறத்தையும் முகாமை செய்தல், கிராமத்தில் நில, நீர்ப்பாசன உரிமைகளை ஒழுங்கு செய்தல், தல விவகாரங்களைப் (பரி) பாலனஞ் செய்தல் முதலிய பொது வேலைகளில் எல்லோரும் ஒன்று சேர்ந்து ஒத்துழைத்ததற்கும் இதுவே காரணமாகவிருந்தது," என்றும் சொல்கிறார்.

இவ்வாறு பலரும் சொல்வதை மேலோட்டமாகப் பார்க்கையில் இவை உண்மை போலக் காணப்பட்டாலும் கொஞ்சம் நுணுகி ஆராய்ந்தால் இக்கூற்றைச் சொல்பவர் களின் வர்க்கச்சார்பு, சாதியச் சார்புதான் இவர்களை இவ்வாறு எழுதவைத்தது என்பதுப் புலப்படும்.

தமிழகத்தின் நீண்ட கால வரலாற்றை இரண்டு பெரும் பிரிவுகளாகப் பிரிக்கலாம். ஒன்று, அவைதிக மதங்களான பௌத்தமும், ஜைனமும் செல்வாக்குப் பெற்றுத் திகழ்ந்த "அவைதிக எழுச்சிக் காலம்". இது சங்க காலத்திலிருந்து கிட்டத்தட்ட ஒன்பதாம் நூற்றாண்டு வரையிலான காலம். இந்தக் காலத்தின் சமூக அமைப்பு பெரும்பாலும் இனக் குழுக்களின் சுதந்திர வாழ்க்கை எனலாம். தனியார் நில வுடைமை என்பது ஆதிக்கப் பொருளியலாக வளரவில்லை. சாதி அமைப்பு என்பது உறுதிப்படவில்லை. சுருக்கமாகக் கூறினால் தீண்டாமை என்பது தோன்றாத காலம். மற்றொன்று, வைதிகம் எழுச்சி பெற்ற காலம். இது 9ஆம் நூற்றாண்டு தொடங்கி 20ஆம் நூற்றாண்டின் மத்தியப் பகுதி வரையில் நீண்டது. இக்காலம் நிலத்தில் தனியார் உடைமை தோன்றுவது முதல், நிலம், பண்டப் பொருளாக மாறுவது வரை தொடர்ந்தது. வைதிகம் என்பது சைவசித்தாந்

தத்துடன் கலந்து சமூக அமைப்பில் பார்ப்பன – வேளாள கூட்டுச் சக்திகள் கல்வியைக் கையகப்படுத்தி இருந்ததால் 20ஆம் நூற்றாண்டிலும்கூட அவர்கள்தான் இலக்கியவாதி களாகவும், தத்துவவாதிகளாகவும், வரலாற்றாளர்களாகவும், இன்னும் சொல்லப்போனால் மொத்தத் தமிழ்ச் சமூகத்தின் குறியீடாகவும் கருதப்பட்டனர். அத்தகையவர்களுடைய எழுத்துகள்தான் முன்னர் குறிப்பிடப்பட்டவை.

பல்லவர் காலம் பற்றிய வரலாற்றுச் சான்றுகளாகச் செப்பேடுகள் 30ம் கல்வெட்டுகள் சுமார் 200 வரையிலும் கிடைக்கின்றன. பாண்டியர் செப்பேடுகள் 10ம் சோழர்காலச் செப்பேடுகள் சிலவும், கல்வெட்டுகள் பத்தாயிரம் வரையிலும் கிடைத்துள்ளன. சோழர் கல்வெட்டுகளில் சுமார் 1500 முதல் 2000 வரை முழுமையாக அச்சில் வந்துள்ளன. இதில் பல்லவர் – பாண்டியர் செப்பேடுகள் சம காலத்தவையாக உள்ளன. இந்தச் சான்றுகளின் அடிப்படையில் வைத்து அக்காலத்தைக் கணித்தால், (1) வடநாட்டுப் பார்ப்பனர்கள் (பீகார், காஷ்மீர் பகுதிகளைச் சேர்ந்தவர்கள்) நிலவுடைமை யாளர்களாகத் தமிழ் மன்னர்களால் உருவாக்கப்பட்ட காலம். இது கி.பி. 6, 7 முதல் 9ஆம் நூற்றாண்டு வரையிலான காலம், (2) தென்னிந்திய – தமிழகப் பார்ப்பனர்களும் நிலவுடைமையாளர்கள் ஆன கி.பி. 10 முதல் 12ஆம் நூற்றாண்டு வரையிலான காலம், (3) தமிழகத்து உயர்சாதிச் சார்ந்த வெள்ளாளர்கள் உள்ளிட்டோர் நிலவுடைமையாளர்கள் ஆன காலம் கி.பி. 13ஆம் நூற்றாண்டுக்கலாம் என்று மூன்றாகப் பிரிக்கலாம்.

வடநாட்டிலிருந்து தமிழ்நாட்டில் குடியமர்த்தப்பட்ட பார்ப்பனர்களைப் பற்றிய தகவல்கள் தரும் பல்லவர் செப்பேடுகள் 30களின். இதன் பதிப்பாளர், தி.ந. சுப்பிர மணியம் முன்னுரையில் கூறுகிறார்: பல்லவர் அளித்த பூதானங்களைத் தெரிவிக்கும் இந்தச் சாசனங்களில் பள்ளங் கோவில், ஹொஸக்கோட்டை ஆகிய இரண்டைத் தவிர (இவ்விரண்டும் சமணப் பள்ளிகளுக்கு அளித்த தானம்) மற்றவை அனைத்தும் (வடநாட்டு) பிராமணர்களுக்கு அளிக்கப் பட்டவை. பெரும்பாலும் அவை ஒவ்வொன்றும் இரண்டு பட்டி நிலம் என்ற விவரம் பல சாசனங்களில் காணப்படும். அதன்படி தானம் பெற்ற ஒவ்வொருவரும் அந்தந்தக் கிராமத்தில் குடியிருப்புக்கான மனை, மனைக்கட்டுத் தோட்டம் இரண்டு பட்டி (2400 குழி), விளைநிலம் ஆகியவை களையேப் பெற்றனர். இதுவே ஒரு பங்கு எனப்படும். சிற்சிலருக்கு அரைப்பங்கு கொடுக்கப்பட்டிருப்பதைக் காணலாம். இவ்விதம் பங்கு பிரிக்கப் பெறாமல் முழுக்

கிராமமே ஒருவருக்குக் கொடுக்கப்பட்ட நிலையில் அவர் ஒரு பகுதியைத் தமக்கு வைத்துக்கொண்டு மற்றதைப் பலருக்கும் பிரித்துக் கொடுத்து விடுவார். தானம் அளிக்கும் போது அந்த நிலத்தின் மீதுள்ள எல்லா உரிமைகளையும் தானம் பெற்றவர்களே அனுபவிக்கும்படியாக அரசன் அளித்து விடுவான். அப்பால் அந்த நிலத்தின் மீது அரசனுக்கோ – அரசாங்கத்துக்கோ எவ்விதமான உரிமையும் இல்லை. அந்த உரிமைகளைத் தானம் பெற்றவர்களே கூட்டாக அனுபவித்து வந்தனர்.

இவ்விதம் எவ்விதமான இறையும் (வரி) இல்லாமல் பிரம்மதேயமாக வழங்கப்பெற்ற கிராமங்கள் தவிர, கோவிலுக் காகவோ, வித்தியாஸ்தானத்திற்காகவோ (வட மொழிக் கல்லூரிகள்) அளிக்கப்பட்ட நிலங்களும் உண்டு. அந்த ஸ்தாபனங்களை நடத்திச் செல்வதற்கான பொறுப்பையும் செலவையும் அந்த ஊரைத் தானமாகப் பெற்றவர்கள் ஏற்றுச்செய்ய வேண்டும். அவ்விதம் அவர்கள் செலவழிக்க வேண்டுவது பெரும்பாலும் மற்றக் கிராமங்களில் இறையாகச் செலுத்த வேண்டுவதற்கு மேற்பட்டு இருக்காது. பட்டத்தாள் மங்கலம் செப்பேடுகளில் தானம் பெற்றவர்கள், "கோத் தொட்டு உண்ணப்பாலது எல்லாம் உண்ணப் பெறாதவர் ஆகவும்" என்று குறிக்கப்பட்டிருப்பதிலிருந்து இது தெரிய வரும். அந்த நிலம் தனிக் கொற்றங்குடியிலிருந்து பிரிக்கப் பட்டுப் பிரம்மதேயமாக வழங்கப் பெற்றது. "அதனால் கோத் தொட்டு உண்ணப்பாலவை அனைத்தும் அந்தத் தளிக்குச் சேர வேண்டுவதாகும். கூரம் சாசனத்திலே அவ்விதம் வழங்கப் பெற்றதைத் 'தேவதான நிமித்த பிரம்மதேசம்' என்றே வழங்கப்பட்டுள்ளமை இன்னும் தெளிவாக்கும்.

இவ்விதம் பிரம்மதேயமாக வழங்கப்பெற்ற கிராமங்களில் தானம் பெற்றவர்கள் அடைந்த உரிமைகளையும், விலக்கு களையும் நன்கு ஆராய்ந்து பார்த்தால், அந்நாளிலே நாட்டில் நிலவி வந்த அரசியல் முறை, தனிமனித உரிமை, சமூக வாழ்க்கையில் கட்டுக்கோப்பு முதலிய பல விவரங்களை அறிய முடியும். அந்த ஆராய்ச்சியும் சுவை நிரம்பியதாக இருக்கும்."

நவீன கல்வி பெற்ற அறிஞராயினும், பார்ப்பனர் போன்ற உயர்சாதியினராயினும், உயர்சாதி அல்லாதவராயினும் அதிகாரம் சார்ந்தவர்கள் மனநிலையை வெளிப்படுத்தும் கூற்றாகவே, மேலே உள்ள தி.ந. சுப்பிரமணியம் அவர்களின் கூற்று உள்ளதை அடுத்து வரும் செய்திகள் வெளிப்படுத்து கின்றன.

1. இவ்வகையான நிலதானம் பெற்றவர்கள் பார்ப்பனர் களாக மட்டுமே, அதாவது (சந்தியாவந்தனம்) அந்தித் தொழுகைகள் இரண்டு ஓம்புபவன், முத்தீ (கார் ஹபத்யம், ஆஹவனீயம், தக்ஷிணாக்கினி) வளர்ப்பவன், நான்கு வேதங்களைக் காத்தவன், ஐந்து வேள்வி (கடவுள் வேள்வி, பிரம வேள்வி, பூத வேள்வி, மானிட வேள்வி, தென்புலத்தார் வேள்வி)களைச் செய்தவன், ஆறு தொழில்கள் (ஓதல், ஓதுவித்தல், வேட்டல், வேட்பித்தல் ஈதல், ஏற்றல்) போன்ற வைதிகக் கருமங்களில் தேர்ச்சிப் பெற்றவர்கள் மட்டும்தான் என்பது கவனிக்கத்தக்கது.

2. இத்தகைய பார்ப்பனக் கூட்டமைப்புத்தான் ‘சபை’ எனப்பட்டது. பல்லவர் செப்பேடுகள், பாண்டியர் செப்பேடுகள் ஆகிய 40 செப்பேடுகளில் சுமார் 15000 குடும்பங்கள் இந்த நிலதானத்தைப் பெற்றுள்ளன. உத்திரமேரூர் கல்வெட்டில் குறிப்பிடப்படும் ‘குட வோலை’ முறை என்பது, தமிழக வரலாற்றுப் பாட நூல்களில் குதூகலத்துடன் சொல்லப்படுகின்ற ஜனநாயக முறை என்பது பார்ப்பனர்களுக்குள் நடக்கும் தேர்வுமுறைதான். அதிலும் குறிப்பிட்ட நிலச் சொத்தும், வேத, வேதாங்கப் புலமையும் நிரம்பிய சனாதனக் காவலர்களான பார்ப்பனர்கள் தவிர மற்றவர்கள் கலந்துகொள்ள இயலாத விதிகளைக் கொண்டது என்பதைப் பலர் குறிப்பிடுவதில்லை.

3. நாட்டின் பொது நிர்வாகம் (சிவில் நிர்வாகம்) இவர் களால்தான் நடத்தப்பட்டது. தானம் அளிக்கப்பட்ட ஊர்களுக்குள் அரசனின் படைகள்கூட நுழையக்கூடாது என்ற தடை கண்டிப்பாக அமுல் செய்யப்பட்டது. இவர்களைக் குழந்தைப் பருவத்திலிருந்து பயிற்றுவிக்கும் வடமொழிக் கல்வி நிலையங்கள் என்பன பல்லவர், பாண்டியர், சோழர் காலங்களில் சுமார் 50க்கு மேற் பட்டவை தமிழ்நாடு முழுமையும் இருந்தன. (இந்தக் காலத்தில் தமிழ்க் கல்வி என்பது எப்படிக் கற்பிக்கப் பட்டது என்பதை அறிய எவ்விதமான குறிப்புகளும் நமக்குக் கிடைக்கவில்லை) இந்தக் கல்வி நிலையங்கள் அனைத்திற்கும் தமிழ் அரசர்களால் மானியங்கள் அளிக்கப்பட்டன. தென் ஆர்க்காடு மாவட்டம் (எண் ணாயிரம்) இராஜராஜ சதுர்வேதி மங்கலத்தில் இருந்த ஒரு கல்லூரியில் முதுநிலை மாணவர்கள் 70 பேரும், இளநிலை மாணவர்கள் 270 பேரும் பயின்றனர். ஆசிரியர்கள் 14 பேர் இருந்தனர். இதில் ரூபாவதார இலக்கணத்தை 40 பேர் படித்தனர். ஏனையோர்

மூன்று பிரிவினராக ரிக் வேதத்தை 75 பேரும் யஜுர் வேதத்தை 75 பேரும், வாஜசனேய சாம வேதத்தை 20 பேரும், சண்டோக சாம வேதத்தை 20 பேரும், தலவாகர சாம வேதத்தை 20 பேரும், அதர்வ வேதத்தை 10 பேரும் எஞ்சிய 10 பேர் பௌதாயன கிருகஹ்ய சூத்திரம், பௌதாயனகல்ப சூத்திரம், பௌதாயன ஞான சூத்திரம் ஆகியவற்றையும் படித்தார்கள். இளநிலை மாணவர் ஒவ்வொருவருக்கும் நாள்தோறும் ஆறு நாழி நெல் கொடுக்கப்பட்டது ஆசிரியர்களுள் கூடுதலான ஊதியமாக நாளொன்றுக்கு 1.5 கலம் நெல் வேதாந்தப் பேராசிரியருக்குக் கொடுக்கப்பட்டது – மீமாம்சமும் வியாகரணமும் சொல்லிக் கொடுத்த ஆசிரியருக்கு 1 கலமும் மற்றவர்களுக்கு ஒரே அளவாக 0.25 கலமும் கொடுக்கப்பட்டது.

தானிய ஊதியம் தவிர (வேதாந்தப் பேராசிரியர்கள் நீங்கலாக) எல்லா ஆசிரியர்களுக்கு சாத்திரர் (முதுநிலை மாணவர்)களுக்குத் தங்கமும் கொடுக்கப்பட்டது. வியாகரணமீமாம்ச ஆசிரியர்கள் தங்கள் ஒவ்வொரு மாணவனுக்கும் கழஞ்சு வீதம் காலம் முழுவதற்குமாக முறையே 8 கழஞ்சு களும் 12 கழஞ்சுகளும் ஏனையோர் ஒரு வருடத்துக்கு $^{1}/_{2}$ கழஞ்சு வீதமும் பெற்று வந்தனர். (நீலகண்ட சாஸ்திரி, சோழர்கள், பக். 824, 825, 826). இவர்களுடைய தலைவராகக் கருதப்பட்டவர்தான் அரசரின் குருவாகவும் இருந்திருக்கிறார்கள் என்று நாம் ஊகிக்கலாம். இராஜராஜனின் மகன் இராசேந்திர சோழன் தன் குருவான பீகார் பார்ப்பனர் சர்வசிவ பண்டிதருக்கும், அவருடைய மாணவர்கள் (வடமொழி மாணவர்கள்) பலருக்கும் ஆயிரக்கணக்கான மூட்டைகள் நெல்லும், பொன்னும் வழங்கியதைக் கூறும் கல் வெட்டுகள் ஜயங்கொண்ட சோழபுரம் கோவிலில் உள்ளன. தஞ்சைப் பெரிய கோவிலைக் கட்டிய முதலாம் இராசராசனின் குரு வட இந்தியப் பார்ப்பனர் ஈசான் சிவ பண்டிதர் என்பவர். படைத்தலைவன் கிருஷ்ணன், இராமன் என்ற மும்முடிச் சோழ பிரமாதிராயர் என்ற பார்ப்பனர். இராசராசனுக்குப் பின்னர் அரசாண்ட (கி.பி. 985 – 1300) எல்லாச் சோழ அரசர்களுக்குக் குருவும் படைத் தலைவர்களும் பார்ப்பனர்தான் என்பது குறிப்பிடத்தக்கது. இத்தகைய செய்திகளின் குறிப்பால் அன்றைய தமிழ் நாட்டின் சிவில் நிர்வாகம் என்பது பார்ப்பனர்களிடம் இருந்தது என்பதும், இராணுவ நிர்வாகம் மட்டும்தான் அரசர்

களிடம் இருந்தது என்பதும் விளங்குகின்றது. ஆனாலும் இறுதி அதிகாரம் (சுப்ரீம் பவர்) என்பது பார்ப்பன ராஜ குருக்களிடம்தான் இருந்துள்ளது.

4. மனுநீதி, பகவத்கீதை போன்ற நூல்களின் சுலோகங்கள் இந்தத் தானத்தைக் காக்கப் பெரும்பாலான செப்பேடு களில் பயன்படுத்தப்பட்டுள்ளன. சாதிமுறை தவறாமல் காப்பது தான் அரசனுடைய கடமை என்பதும் மனுவின் வழியாகக் குறிப்பிடப்படுகின்றது. தமிழக வரலாற்றில் முதன்முதலாக ஏழாம் நூற்றாண்டின் பின்னர்தான் இவை சமூக அமைப்பில் நுழைகின்றன. இத்துடன் பாரதத்தைத் தமிழ்ப்படுத்துவது, சங்கம் வைத்து மொழி (தமிழ் மொழிக்கான சங்கம் என்று குறிப்பிடவில்லை என்பதைக் கவனிக்கவும்) வளர்ப்பது போன்றவையும், அகத்தியரைத் தமிழின் முதல்வராகக் கூறுவது போன்ற வையும் இங்குதான் முதன்முதலாக நாம் காண்கின் றோம். சுருக்கமாகக் கூறினால் புராணமயமாக்கப்பட்ட தமிழ் இலக்கிய வரலாறு என்பது இந்தக் கால கட்டத்தில்தான் தொடங்குகின்றது எனலாம்.

5. இத்தகைய நடவடிக்கைகளுக்குத் தமிழ்ப் பழங்குடி களிடமிருந்து கடும் எதிர்ப்புகள் இருந்ததையும், எதிர்த் தவர்களைப் பல்லவ, பாண்டிய மன்னர்கள் இராணுவ நடவடிக்கைகளினால் ஒடுக்கியதையும் இந்தச் செப்பேடுகள் குறிப்பிடுகின்றன. அடுத்து வந்த ஆயிரம் ஆண்டுகளிலும் இந்த எதிர்ப்பு என்பது சில இடங்களில் தொடர்ந்ததைக் கர்னல் மெக்கன்சியின் தொகுப்புகளில் உள்ள பழங்குடியினர் குறிப்புகள் உணர்த்துகின்றன. (9 வகைப் பழங்குடிகள் பற்றிய குறிப்புகள் மெக்கன்சி தொகுப்பில் உள்ளன.) இதன் விளைவாகப் பல்லவ மன்னர்கள் நாட்டின் பல பகுதிகளில் காடுகளை அழித்துப் புதிய விளைநிலங்களை உண்டாக்கிப் பல இடங்களில் ஏரிகளை வெட்டுவித்தனர். இதனை இப் பட்டயங்களில் இவர்களுக்கு வழங்கப்படும் 'காடு வெட்டி', 'ஏரிப்பேரரையன்' போன்ற பட்டங்கள் மூலம் உணரலாம்.

சங்க காலத்திலேயே உருவான பிராமண – சூத்திரக் கூட்டு என்பது அன்றைய நிலையில் சமூக அதிகாரத்தைக் கைப்பற்றுவதை நோக்கமாகக் கொண்டது. பல்யாகசாலை முதுகுடுமிப் பெருவழுதி, இராஜசூயம் வேட்ட பெருநற்கிள்ளி, பார்ப்பான் கௌணியன் விண்ணந்தாயன், ஆலந்தூர்க் கிழார் (புறநானூறு 166 – பார்ப்பன வாகை) போன்ற 'அரசர்

களும், பிராமணர்களும், சூத்திரர்களும்' இதன் அடை
யாளங்கள். பின்னர் வந்த காலங்களில், குறிப்பாகப் பல்லவர்
காலத்தில் நிலவுடைமை என்பது தோற்றம் கொள்ளத்
தொடங்கியது. நிலத்தின் மீதான உரிமை என்பது ஒரே
நேரத்தில் பொருளாதார பலமாகவும், அரசியல் அதிகார
மாகவும் பரிணமித்தது. இது அரசியல் களத்தில் பிராமண +
அரசர் கூட்டாகவும், கலாச்சாரத்தில் திருஞான சம்பந்தர் +
அப்பர் கூட்டாகவும் அமைந்தது. இதில் திருஞான சம்பந்தர்
சங்ககாலப் பார்ப்பான் விண்ணந்தாயன் கோத்திரமான
கௌண்டிய கோத்திரத்தைச் சேர்ந்தவர் என்பது வியப்பான
ஒற்றுமை. பின்னர் வந்த காலங்களில் சற்சூத்திர மெய்
கண்டாருக்குப் பார்ப்பன அருள்நந்தி சிவன் சிஷ்யனாக
ஆனது வெறும் புராணக் கதையல்ல. பார்ப்பன + சற்சூத்திரக்
கூட்டின் தொடர்ச்சியான வரலாறுதான்.

இத்தகைய கூட்டு நடவடிக்கைகளின் விளைவாக 400
ஆண்டு காலச் சோழர் ஆட்சியில் முதல் நூறு ஆண்டுகளில்
(கி.பி. 800 – கி.பி. 900) நிலத்தின் மீதான உரிமை என்பது
பார்ப்பனர்களுக்கு மட்டும் இருந்து, அடுத்து வந்த காலங்
களில் மெல்ல மெல்லச் சூத்திர நிலவுரிமையாளர்கள் தோன்ற
வழி வகுத்தது. சோழர் ஆட்சியின் பிற்பகுதியான கி.பி.
1200 – கி.பி. 1300இல், தமிழ்நாட்டில் நிலவுரிமை பெற்ற
சூத்திரர்கள் பார்ப்பனர்களுக்குச் சமமானவர்களாக ஆகிவிட்
டனர். (வரலாற்றறிஞர் Y. சுப்பராயலு அவர்களின் டாக்டர்
பட்ட ஆய்வேடு தரும் தகவல் இது.)

இதேபோன்று பாண்டியர் செப்பேடுகளில் காணப்பட்ட
மனுநீதி என்பது தொடர்ந்து சோழர் ஆட்சியில் இராசராசனின்
பேரனும் இராசேந்திரனின் மகன்களும் ஆன இராச
மகேந்திரன், வீரராசேந்திரன் தொடங்கிச் சோழப் பேரரசு
முடிவுறும் வரையிலான அவர்களுடைய மெய்க்கீர்த்திகளில்
தங்களை மனுநீதி காப்பவர்கள் என்றும், நால்வருண நெறியை
நிலைநிறுத்துவதே தங்கள் தர்மம் என்றும் பொறிக்கச்
செய்தனர். ஆனால் இதனை அக்காலத்தில் எல்லோரும்
ஏற்றுக்கொண்டதாகக் கொள்ள முடியவில்லை. சோழர்களின்
இராணுவ பலம் குறைந்த காலங்களில் இதற்கான எதிர்ப்புகள்
இருந்ததையும், பின்னர் வந்த அரசன் இராணுவ பலத்தை
அதிகரித்து அத்தகைய எதிர்ப்புகளை அடக்கியதையும்
செயங்கொண்டார் பாடிய கலிங்கத்துப் பரணியில் "மறையவர்
வேள்வி குன்றி மனுநெறி அனைத்தும் மாறி, துறைகள்
ஓர் ஆறும் மாறிச் சுருதியு முழக்கம் ஓய்ந்தே" (தாழிசை
258) என்றும், "சாதிகள் ஒன்றோடு ஒன்றுதலை தடுமாறி
யாரும் ஓதிய நெறியின் நில்லா ஒழுக்கமும் மறந்து போயே"

(தாழிசை 259) என்றும், "ஒருவரை ஒருவர் கைம்மிக்கு உம்பர் தம் கோயில் சோம்பி... (தாழிசை 260) எனவும் குறிப்பிடுவதைக் கொண்டு அறியலாம்.

சோழர் காலத்தின் நடுப்பகுதியிலிருந்து கிடைக்கும் கல்வெட்டுகளில் 'வெள்ளான்' வகை நிலங்கள் என்ற பிரிவு குறிப்பிடப்படுகின்றது. அத்துடன் கூடவே பார்ப்பனர் அல்லாத சூத்திரச்சாதி அரசு அதிகாரிகளும் குறிக்கப்படு கின்றனர். ஒரு கல்வெட்டில் வேளாளர்கள் கொலைக்குற்றம் செய்தாலும் மரண தண்டனை அளிக்கக் கூடாது என்று ஒரு பட்டர் கூறுவதை வைத்துக் கொலைக் குற்றவாளியான ஒரு வேளாள சாதிக்காரருக்கு, அந்த ஊர் கோவிலுக்கு விளக்கு எரிக்கும் நிபந்தம் வைத்தால் போதும் என்று தீர்ப்பளிக்கப்படுகின்றது. இந்தப் பார்ப்பன + சூத்திரக் கூட்டு இணைவால் உண்டான சமூக அநீதிகளை எதிர்த்து மற்ற சாதியினர் கலகம் செய்ததையும் சில கல்வெட்டுகள் குறிப்பிடுகின்றன.

பல்லவர் காலத்தில் தோன்றிய சைவ – வைணவக் கோவில்களுக்கு ஆடு மாடுகள்தான் தானமாகக் கொடுக்கப் படுகின்றன. அவை 'சாவா – மூவாப் பேராடுகள்' என்று குறிப்பிடப்படுகின்றன. அதாவது அந்த ஆடுகளில் சில இறந்துவிட்டாலோ அன்றி மூப்படைந்துவிட்டாலோ, அவற்றிற்குப் பதிலாக உடனே ஆடு மாடுகள் வாங்கி அந்த எண்ணிக்கை குறையாமலும், எப்பொழுதும் இளமை யானவையாகவும் வைத்திருக்க வேண்டும் என்பது 'சாவா – மூவா' என்ற தொடரால் குறிப்பிடப்படுகின்றது. ஆனால் சோழர்காலத்தில் பார்ப்பனர்கள் பலர், தங்கள் நிலத்தைக் கோவிலுக்கு விற்பனை செய்வதை ஏராளமான கல்வெட்டுகள் பதிவு செய்துள்ளன. களப்பிரர் காலத்தில் தங்கள் நிலங்களை இழந்த பார்ப்பனர்கள், இனி ஒருமுறை அவ்வாறு நிகழ்ந் தாலும் தங்களுக்கு இழப்பு ஏற்படா வண்ணம் நிலங்களைக் கோவிலுக்கு விற்று ஏராளமான பொற்காசுகளைப் பெற்றுக் கொண்டதுடன், கோவில் நிலங்களின் நிர்வாகிகள் என்ற பெயரில் அந்த நிலங்களின் மீதான அதிகாரம் தங்களை விட்டு நீங்காமலும் பாதுகாத்துக் கொண்டனர் என்பது குறிப்பிடத்தக்கது.

வேத வழிப்பட்ட வேள்விகள் செய்யும் பார்ப்பனர்கள் தீயைத்தான் வழிபடுவார்கள். உருவ வழிபாடு, அபிஷேகம், ஆராதனை போன்றவைகளை அவர்கள் கடவுள் வழிபாடாகக் கொள்வதில்லை. ஆனால் பல்லவர் காலத்தின் பிற்பகுதியில் இந்த நிலை மாற்றமடைகின்றது. ஆகம வழிப்பட்ட கோவில்

வழிபாடு ஏற்றமடைகின்றது. வேள்வி, யாகம் என்பன சூத்திர அரசர்களை மையமாகக் கொண்டு பார்ப்பனர்களால் நிகழ்த்தப்பட்டால், ஆகமம் சார்ந்த கோவில் வழிபாடு என்பது சூத்திர குலத்துச் சமூகத் தலைவர்களை மையமாகக் கொண்டதாகின்றது. திருஞான சம்பந்தர் + அப்பர் என்ற திருநாவுக்கரசர் நடவடிக்கைகள் இதனை வலியுறுத்தும். திருமூலர் திருமந்திரம் என்ற நூலின் வழியாக ஆகமக் கருத்துக்களைத் தமிழில் தருகின்றார். திருமூலரை வடநாட்டுப் பார்ப்பனர் என்று பெரிய புராண ஆசிரியர் சேக்கிழார் குறிப்பிடுகின்றார். இத்தகைய ஆகமங்களை மறைமலையடிகள் போன்ற 20ஆம் நூற்றாண்டுச் சூத்திரப் புலவர்கள் 'ஆகமங்கள் தமிழில்தான் இருந்தன' என்று வலியுறுத்துவதையும் இதனுடன் சேர்த்து எண்ணிப் பார்க்க வேண்டும்.

சேக்கிழார் எழுதிய பெரியபுராணத்துடன் பன்னிரு திருமுறை என்ற தொகுப்பு நிறைவடைகின்றது. இது சோழர் காலப் பிற்பகுதியில் நிகழ்கின்றது. பன்னிரு திருமுறையில் பெரும்பாலான பாடல்கள் சூத்திரப் புலவர்களால்தான் பாடப்பட்டுள்ளன. 'வேதம் பசு என்றால் திருமுறைகளின் சைவம் பால்' என்ற சைவ சித்தாந்த மேற்கோளைப் 'பார்ப்பனன் முதல் என்றால் சற்சூத்திரன் முடிவு' என்று நாம் கருதலாம் அல்லவா?

○

கோவில் – நிலம் – சாதி – IV

சங்க காலத்தில் இரண்டு வகையான சமூகப் பிரிவுகள் செயல்பட்டுள்ளன. 1. நிலத்தின் அடிப்படை யிலான பிரிவுகள். 2. வருணாசிரமத்தின் அடிப்படை யிலான பிரிவுகள். தொல்காப்பியத்தில் காதல் தலைவர் களைச் சுட்டும் பெயர்களை இந்த இரண்டு வகை களிலும் காண்கின்றோம். தொல்காப்பியம் – அகத் திணையியலில், அகத்திணைத் தலைவர்களை வகைப் படுத்தும் தொல்காப்பியர் சூத்திரம் 22இல்

"பெயரும் வினையுமென்று ஆயிரு வகைய
திணைதொறும் மரீஇய திணைநிலைப் பெயரே"

என்று கூறுகிறார். இதற்குப் பழம்பெரும் உரையாசிரி யரான இளம்பூரணர் கூறும் பொருள் "குலப்பெயரும் தொழில் பெயரும் என அவ்விருவகைப்படும் திணை தொறும் மருவிப் போந்த திணைநிலைப் பெயர்" என்பதாகும். அவரே மேலும் கூறுகிறார்: "திணை நிலைப் பெயர் என்றதனான் அப்பெயர் உடையார் பிறநிலத்து இலர் என்று கொள்ளப்படும். அதனானே எல்லா நிலங்களுக்கும் உரியராகிய மேன்மக்களை ஒழித்து நிலம் பற்றி வாழும் கீழ்மக்களையே குறித்து ஓதினார் என்று கொள்க." இந்தப் பகுதிக்கு விளக்கம் கூறும் மு. அருணாசலம் பிள்ளை (இவர் தமிழ் இலக்கிய வரலாற்றை நூற்றாண்டு வாரியாக எழுதியவருக்கு வேறானவர்), "அந்தணர், அரசர், வணிகர், வேளாளர் என்னும் நான்கு பிரிவினரும், ஒரு நிலத்திற்கே உரியர் அல்லர்; எல்லா நிலத்தும் வாழும் உரிமை பெற்றவர்; இவர்கள் அவ்வந் நில மக்களைக் காட்டிலும் மேம் பட்டவர் ஆவார். அதனால் இங்கு திணைநிலைப் பெயர் என்றது, அந்தணர் முதலியோரைக் குறிக்காமல்,

பொ. வேல்சாமி

ஒவ்வொரு நிலத்தும் நிலையாக வாழ்ந்து வரும் குறவர், ஆயர் முதலான நிலமக்கள் பெயரையே குறிப்பதாகும் என்பதும் இவருள் ஒரு பெயருடையார் பிற நிலத்து இலராவ ரென்பதும் இவர் (இளம்பூரணர்) கருத்து,"[1] என்று கூறுகின்றார். ஐந்துவகை நிலங்களைச் சார்ந்த தொல்பழங்குடிகளிலிருந்து தோன்றி இருந்தாலும் அரசு அதிகாரத்தின் மூலமாக வேந்தர்களானவர்கள் தங்களை வருணப் பாகுபாட்டில் இணைத்துக் கொண்டனர். இத்தகைய வருணாசிரமம் சார்ந்தவர்களைத் தொல்காப்பியர் மரபியலில் ஒன்பது சூத்திரங்களில் சுட்டிப் பேசுகின்றார். புறநானூற்றிலும் 'வேற்றுமை தெரிந்த நாற்பாலுள்ளும்'[2], 'நன்றாய்ந்த நீள் நிமிர்சடை'[3] போன்ற பாடல்களைக் காணும் நாம் வருணப் பாகுபாடு தமிழ்ச் சமூகத்தில் ஆழமாக வேரூன்றிவிட்டதைப் புரிந்து கொள்ள முடிகின்றது.

நீர்ப்பாசன வளம் பெற்ற பகுதிகளில் வாழ்ந்த தமிழர்கள், நகர்ப்புறங்களில் வாழ்ந்த தமிழர்கள் ஆகிய பெருந்தொகை யானவர்கள் வருணப் பாகுபாட்டில் சூத்திரர்கள் ஆனார்கள். ஆனால் மலைப் பகுதிகள், காட்டுப் பகுதிகள், கடல் சார்ந்த பகுதிகளில் வசித்த இன்னும் உணவு உற்பத்தி செய்வதிலேயே தங்கள் வாழ்நாளின் பெரும்பகுதியைச் செலவிட்ட நிலையில் இருந்த பழங்குடித் தமிழர்கள் வருண முறைக்கு வெளியில் தள்ளப்பட்டனர். வைதிகத்தால் வெளித்தள்ளப்பட்ட பழங்குடிகள் சைன, பௌத்த மதத்தவர்கள் ஆனார்கள். கூடவே வருணாசிரம அமைப்பில் தகுதியான இடம் மறுக்கப்பட்ட நகர் சார்ந்த வணிகர்களும் இத்தகைய அவைதிக மதத்தில் தங்களை இணைத்துக் கொண்டனர். சங்க இலக்கியங்களில் காணும் கூலவாணிகன் சீத்தலைச் சாத்தனார், காவிரிப்பூம்பட்டினத்துப் பொன்வணிகனார் மகனார் நப்பூதனார், அறுவை வணிகன் இளவேட்டனார், மதுரைப் பண்ட வணிகர் இளந்தேவனார் போன்ற அவைதிக மதம் சார்ந்த பெயருள்ள வணிகர்களையும், அதே வேளையில் கல்வியாளர்களாகவும் திகழ்ந்தவர்களையும் நாம் இவ்வகையில் இனங்காண முடிகிறது.

கி.பி. 1ஆம் நூற்றாண்டு முதல் சுமார் 3ஆம் நூற்றாண்டு வரையிலான காலத்தை நிலவுடைமையைத் தங்கள் பொருளியல் அடித்தளமாகக் கொண்ட தமிழ் மன்னர்களைத் தங்களின் ஆதரவாளர்களாகக் கொண்ட வருணாசிரமவாதி களின் வளர்முகக் காலம் எனலாம். கி.பி. 3ஆம் நூற்றாண்டை ஒட்டி அவைதிக மதங்களான சைனமும், பௌத்தமும் முறையே பழங்குடிகளையும், (சைனம்), கல்வியாளர்களையும்

(பௌத்தம்), வணிகர்களையும் தங்கள் மதத்தவர்கள் ஆக்கிக் கொண்டன. இத்துடன் பௌத்த மதம் என்பது தர்க்கத்தை அடிப்படையாகக் கொண்டிருந்ததால் – எதனையும் அறிவியல் கண் கொண்டு பார்ப்பது அதன் இயல்பாக அமைந்துவிட்டது. இந்தப் பண்பினால் நம்பிக்கையை மட்டும் அடித்தளமாகக் கொண்ட வைதிகப் பார்ப்பனியத்திற்குச் சமாளிக்க முடியாத கடும் எதிரியானது. எனவே அடுத்து வந்த காலங்களில் வைதிக மதம் அவைதிக மதங்களுடன் போராடுவதற்கான வியூகங்களை வகுத்தது.

முதலாவதாக மொழியைத் தேர்வு செய்தனர். தமிழும் கடவுளும் ஒன்றாக இணைக்கப்பட்டது சமய காலத்தில் தான். தமிழ் வேறு, இறைவன் வேறு என்று பிரித்துப் பார்க்க முடியாத அளவிற்கு இரண்டையும் ஒன்றாக்கிக் காட்டினர் சமயாச்சாரியர். இதனால் சாதாரணமாக இருந்த தமிழ் உணர்வு தெய்வத் தமிழ் உணர்வாக மாறியது. 'ஞாலமளந்த மேன்மை தெய்வத்தமிழ்' (பெரி. மூர்த்தி – 3) என்று சேக்கிழார் தமிழை உலகை விஞ்சும் மொழியாகப் பிற்காலத்தில் கூறினும் இவ்வுணர்வுக்கு அடிப்படை அமைத்துத் தந்தோர் ஆழ்வார்களும் நாயன்மார்களுமே ஆவர்.[5] இத்தகைய நடவடிக்கைகளுக்கு ஆதாரமாகத் தமிழ் நூல்களைத் தங்கள் ஆதரவாளர்களான மன்னர்களை வைத்துத் தங்களுக்குத் தேவையான பகுதிகளைத் தொகுத்தனர். அந்த முதல் தொகுப்புதான் சங்க இலக்கியங்களான பாட்டும் தொகையும். இந்தத் தொகுப்பின் ஊடாகத் தமிழ் மொழியைத் தமதாக்கினர். பின்னர் 'என்னைத் தன்னாக்கி என்னால் தன்னை இன் தமிழ்ப் பாடிய ஈசன்' (நா.தி.பி. – 3425), 'தமிழ்ச் சொலும் வடசொலும் தாணிழற் சேர (சம்.தே. 77–4), 'மந்திபோற்றிரிந்து ஆரியத்தோடு செந்தமிழ்ப் பயனறிகிலா அந்தகர்' (சம்.தே. 297–4), 'வடமொழியும் தென்தமிழும் மறைகள் நான்கும் ஆனவன்காண்' (அப்.தே. 301–1), 'ஆரியந் தமிழோ டிசையானவன்' (அப்.தே. 132–3) என்று வடமொழியான சமஸ்கிருதத்துடன் தமிழையும் இணைத்தனர்.

இந்த மொழிவழியான இணைப்பானது சமூகத்தளத்தில் வைதிகத்தின் உளவாளி போலச் செயல்பட்டுச் சமணர்களின் பலம், பலவீனத்தை அறிந்து வந்த அப்பர் என்ற சூத்திரத் திருநாவுக்கரசர் – பார்ப்பன ஞானசம்பந்தர் இணைப்பாகப் பரிணமித்தது. வைணவத்தில் இன்னும் ஒருபடி மேலேயே நம்மாழ்வாரான சூத்திரரை மதுரகவி ஆழ்வாரான பார்ப்பனர் ஞான குருவாகவே ஏற்க வைத்தது.

பொ. வேல்சாமி

தாங்கள் வசப்படுத்திக் கொண்ட மொழியுணர்வின் துணையுடன் இரண்டாவதாகச் சைன பௌத்த மதங்களை அழிக்கும் வேலையில் இறங்கினர். அந்த நாளில் தமிழகத்தில் வலுப்பெற்றிருந்த வணிகர்களாலும், பெரும்பாலான பழங்குடிகளாலும் பின்பற்றப்பட்ட அம்மதங்களை அழிப்பது அவ்வளவு எளிமையான வேலையாக இல்லை. சுமார் இரண்டு, மூன்று நூற்றாண்டுகள் இப்போராட்டம் நீடித்தது. தமிழ்மொழியின் உருவாக்கத்தில் பெரும் பங்காற்றிய சைனத்தையும், தமிழகத் தத்துவச் சிந்தனையில் தங்களுடைய தர்க்கப் புலமையினால் இந்திய தீபகற்பம் முழுமையும் பாராட்டும்படியான நூல்களை இயற்றிய பௌத்தர்களையும் 'மந்திபோல் திரிந்து ஆரியத்தோடு செந்தமிழ்ப் பயன் அறிகிலா அந்தகர்' (சம். தே. *297 – 4*), 'மறை வழக்கமில்லா மாபாவிகள்' *(363–3)*, 'வேத வேள்வியை நிந்தனை செய்து உழல் ஆதமில் அமணொடு' – *(366–1)*, 'வைதிகத்தின் வழி ஒழுகாத அக்கை தவமுடை அமணதேரர்' – *(366–2)* என்று தமிழ்மொழிக்கும், வைதிக ஒழுக்கத்திற்கும் கேடு செய்யும் அழுக்குப் பாவிகள் என்று பிரச்சாரங்கள் செய்தும், கடுங்கோன் முதலிய மன்னர்கள் மூலம் அவர்களைக் களப்பிரர்கள் என்ற அந்நியர்கள் என்று கூறி வன்முறைத் தாக்குதல் நடத்தியும், கூன்பாண்டியன் போன்றவர்களைக் கொண்டு கழுவில் ஏற்றியும் அழித்து ஒழித்தனர். இதே வேகத்தில் சைன, பௌத்த மதங்களைச் சார்ந்திருந்த பெருவாரியான பழங் குடிகளை வருணமுறைக்கு வெளியில் நிறுத்தி, அவர்களை முதலில் வருணமில்லாதவர்களாக்கிப் பின்னர் தீண்டத் தகாதவர்களாக மாற்றினர். தமிழ்நாட்டு வரலாற்றில் தீண் டாமை என்பது தோற்றம் பெற்றது கி.பி. 8ஆம் நூற்றாண்டு வாக்கில் என்று ஆய்வாளர் கி.ரா. அனுமந்தன் போன்றவர்கள் கூறுவதையும் இங்கே உளங்கொள்ள வேண்டும்.

மூன்றாவதாக, தமிழ்நாட்டு அரசர்களால் பெரும் தொகையினராகக் குடி அமர்த்தப்பட்டுப் பெரும்பாலான பாசன நிலங்களின் உரிமையாளர்கள் ஆக்கப்பட்ட வட இந்தியப் பார்ப்பனர்கள் வேத வழிப்பட்ட தீ வழிபாட்டை மட்டும்தான் முறையான வைதிக தெய்வ வணக்கமாகப் பார்த்தனர். வேதத்தின் பெயரால் மேற்கொள்ளப்பட்ட பக்தி இயக்கத்தை அவர்கள் வைதிக மார்க்கமாக ஒப்புக் கொள்ளத் தயங்கினர். சிலர் எதிர்ப்பும் காட்டினர். கடவுளர் களுக்கு அவதாரக் கோட்பாட்டையும், மனிதர்களுக்குத் தெய்வீக ஆற்றலையும் கற்பித்துப் பக்தி இயக்கம் உண்மையில் "மக்களைப் போற்றும், சிறப்பாகக் குருக்கள் மற்றும் அரசர் களைப் போற்றும் வழிபாட்டு நெறியின் மறுபடிவமேயாம்"[5]

என்று புரிந்து கொள்ளப்பட்டதால் மனிதர்களில் சூத்திரர் களை எப்படிக் குருவாக ஏற்றுக்கொள்வது என்ற ஐயம் எழுந்தது.

இந்தப் பிரச்சினையைத் தீர்ப்பதுதான் திருமூலரின் திருமந்திரம். பழங்குடித் தெய்வ வணக்கமான மந்திர ஆற்றல் வாய்ந்த தெய்வ வழிபாடும், இறந்தவர்களைக் கடவுளாக வணங்கும் வழிபாடும் இணைக்கப்பட்டன. இதற்குக் கடவுள் அவதாரக் கோட்பாடும், வேதங்களினின்று தோன்றியதாகப் புனையப்பட்ட ஆகமப் புனைவும் வழிகோலின. திருமூலரின் வேலை இதனைத் தமிழில் நூலாக்கித் தந்ததுதான். தமிழில் ஆகமங்களைப் பற்றிக் கூறும் முதல் நூல் திருமந்திரம் என்பது கவனிக்கத் தக்கது. இதனை ஆக்கித் தந்த திருமூலர் சுந்தரநாதன் என்ற பிராமணர். அதனை ஒரு பிராமணனாக இருந்து படைக்காமல் மூலன் என்ற சூத்திரன் உடலில் புகுந்து படைத்தார் என்ற புனைவும் எண்ணிப் பார்க்கத் தக்கது. இத்துடன் அகத்தியர் என்ற பார்ப்பனரைப் படைத்து, அவர் வழியாக இறைவன் சூத்திர மொழியான தமிழைப் படைத்தான் என்ற புனைவும் முதன்முதலாகத் திருமந்திரத் தில்தான் வருகின்றது. அகத்தியர் சங்ககாலத்திற்கும் முந்தியவர் என்ற கதை பிற்கால உரையாசிரியர்களின் புனைவு தான் என்பதையும், அகத்தியம் என்பது பார்ப்பனர்களின் கோத்திரப் பெயர்களான பாரத்வாஜ போன்ற ஒன்று என்பதையும் கவனிக்க வேண்டும்.

ஆகமக் கிரியைகளை உண்டாக்கி, நாடு முழுமையும் சுற்றிப் பிரச்சாரம் செய்து ஆகமம் சார்ந்த கோவில் வழிபாட்டை எல்லா மக்களும் ஏற்கும்படி செய்த பின்னரும் சூத்திரர்கள் ஆச்சாரியர்களாக நீண்ட காலம் ஒப்புப்பெற இயலவில்லை. இதனைப் பின்வந்த காலங்களில் தேவாரப் பாடல்களும் திவ்விய பிரபந்தப் பாடல்களும், அதற்கு இயற்றப்பட்ட பண்களும் மக்களிடையே மறக்கப்பட்டுப் போனதும், அதனை நம்பியாண்டார் நம்பி, நாதமுனிகள் போன்றவர்கள் மீள்கண்டுபிடிப்புச் செய்தனர் என்ற கதை களும் விளக்குகின்றன. இந்தக் காலப்பகுதி 8, 9, 10ஆம் நூற்றாண்டுகள். இக்காலம் வடஇந்தியப் பார்ப்பனர்கள் தமிழ்ச் சோழ மன்னர்களால் தமிழகத்தில் நிலவுடைமை யாளர்கள் ஆக்கப்பட்ட காலம் என்பது கவனத்தில் கொள்ளத்தக்கது.

முந்தைய நூற்றாண்டுகளில் வேந்தர்களின் துணையுடன் தமிழ்நாட்டில் நிலஉடைமையாளர்களான பார்ப்பனர்கள், பின்னர் வந்த காலங்களில் தங்கள் நிலங்களை இழக்கவும்

நேர்ந்தது. வேந்தர்களின் இராணுவ பலம் குறைந்த காலங் களில் எல்லாம் இந்தத் தொல்லைகளைப் பார்ப்பனர்கள் சந்திக்க வேண்டியதாயிற்று. களப்பிரர் காலம் என்று வரலாற்றில் குறிப்பிடப்படும் காலங்கள் இவைதான். இந்தப் பிரச்சினையிலிருந்து மீள்வதற்குப் பக்தி இயக்கம் உதவியது. பக்தி இயக்கத்தின் ஊடாக உண்டாகிய கோவில்கள் – கோவில் சார்ந்த ஊர்கள் பிரமதேயங்களின் கட்டுப்பாட்டில் வந்துவிட்டன. இது இராணுவ நிர்வாகத்திலிருந்து சிவில் நிர்வாகத்தைப் பிரித்துவிட்டது. தமிழில் இயற்றப்பட்ட பாரதக் கதை, (மாபாரதம் தமிழ்ப்படுத்தியும் என்ற வேள்விக்குடி வரிகளை நினைவு கூர்க) பகவத் கீதை, மனுநீதி, மற்றும் பல நீதி நூல்களின் பிரச்சாரம் தொடர்ந்து மேற்கொள்ளப் பெற்றதால், நீதி நிர்வாகம் என்பதற்குப் பார்ப்பனர்கள் உரிமையானவர்கள் என்பதைப் பெருவாரியான பொதுமக்கள் ஏற்கும்படி செய்துவிட்டது. இதன் விளைவாகப் பார்ப்பனர் களால் வேளாளர்கள் புறக்கணிக்கப்பட்டனர். மீண்டும் சூத்திரர்கள் ஆக்கப்பட்டனர் என்பதைக் குறிப்பதுதான் தேவார, திருவாய் மொழிப் பாடல்களின் மறைவு பற்றிய கதை.

ஆனால் பின்வந்த நூற்றாண்டுகளில் வேந்தர்களுக்கான இராணுவ சேவையின் வழியாகப் பல சூத்திரர்கள் நில வுடைமையாளர் ஆனார்கள். அந்தப் பகுதிகளை 'வேளாண் வகை' நிலங்கள் என்று பிரித்துப் பிரமதேயங்கள் போன்று 'ஊர்'[6] என்ற சிவில் நிர்வாக வகையினம் ஆக்கினர். அதன் நிர்வாகத்தையும் தங்கள் வசப்படுத்தினர். இதே காலத்தில் வணிகத்தின் வழி நிலவுடைமையாளர்களான சூத்திரர்கள் 'நகரம்'[7] என்ற சிவில் நிர்வாகப் பகுதியைத் தங்களுக்கு உண்டாக்கிக் கொண்டனர். இத்தனைக்குப் பிறகும் இவர்கள் சூத்திரர்கள் என்ற நாலாம் வருண இழிவு நீங்கவில்லை. இந்த நிலையிலிருந்து மீளும் பல முயற்சிகள் அவர்களால் மேற்கொள்ளப்பட்டிருக்கலாம். அத்தகைய முயற்சிகளில் ஒன்றாகச் சைவர்கள் அவர்கள் காலத்தில் காணமுடியாது போன நாயன்மார்களின் பாடல்களைத் தொகுத்து ஏழு திருமுறைகளாக வகுத்து அமைத்தனர். அத்துடன் தம் சம காலத்தவர்களையும் பாடச் செய்து அப்பாடல்களை எட்டு முதல் பன்னிரண்டு பகுப்பாக்கி, தங்கள் புனித நூல்கள் பன்னிரு திருமுறை என வரையறுத்தனர். இதில் தம்முடைய சமகாலத்தவர்களின் பாடல்களைத் தொகுத்ததன் மூலம் தம் சமகாலத்துச் சூத்திரப் புலவர்களையும் கடவுள் அருள் பெற்றவர்கள் எனக் காட்டினர். இத்தகைய மீள் நடவடிக்கைகளுக்குப் பார்ப்பனர்கள் சிலரால் தன் அண்ணன்

கொலையுண்டதைக் கண்ட மன்னன் இராசராசனையும் துணை கொண்டனர். பன்னிரண்டாம் திருமுறையாக மாறிய பெரிய புராணத்தை எழுதியவர் சோழ அரசின் முதலமைச்சர் சேக்கிழார் என்ற சூத்திரர் என்பதையும் நாம் எண்ணிப் பார்க்க வேண்டும்.

இத்தகைய முயற்சிகளால் வேளாளர்கள் எல்லோரையும் சூத்திரப் பட்டத்திலிருந்து விடுவிக்க முடியவில்லை என்பதைப் பெரிய புராணமே நமக்குக் காட்டி விடுகின்றது. பெரிய புராணத்தில் வரும் அடியார்களில் இளையான்குடி மாறனார், வாயிலார் என்ற இருவர் வேளாளராக இருப் பினும் 'வாய்மையின் நீடு சூத்திர நற்குலம்', 'தொன்மை நீடிய சூத்திரத் தொல்குலம்' என்று சூத்திரராகவே குறிக்கப் படுகின்றனர். இந்தப் பகுதிக்கு விளக்கம் கூறும் பெரிய புராணத்தின் விரிவுரையாசிரியர், "சி.கே. சுப்ரமணிய முதலியார்[8] 'சூத்ராசுத்த குலேத்பவா' என்பது சிவாகமம். சூத்திரப் பெயர் உழுதொழிலாளரைக் குறித்தது. இதற்குத் தாசி மகன் என்பவாதி பொருள் கொண்டு இஃதிங்கு இடைச் செருகலாய்ப் போந்ததென்றும், இங்கு மேழியர் என்ற சொல் இருக்க வேண்டுமென்றும் மற்றும் பலவாறு மலையுறுவார் பலர். சூத்திரன் என்ற வருணப் பெயர் அவ்வாறு இழிபொருளில் வந்தமை பெருவழக்கிற் காண லாகாது. 'தொன்மை நீடிய சூத்திரத் தொல்குல நன்மை சான்ற நலம்' (வாயிலார் புராணம் – 6) என்று ஆசிரியர் பின்னரும் இக்குலப் பெருமையைச் சிறப்பித்தமை காண்க. உழுதொழிலாளர்களைச் சூத்திரர் எனவும், நான்காம் வருணத்தவர் எனவும் பேசுதல் ஆசிரியர் (சேக்கிழார்) காலத்தில் வழக்காயிருந்தது. அப்பெயரால் ஏதும் இழிவு குறித்திருப்பின் ஆசிரியர் அதனை ஆண்டிரார். இங்கு சற்சூத்திரர் – அசத்சூத்திரர் என இரு பிரிவுபடுத்திப் பேசுவாருமுண்டு. எங்ஙனமாயினும் இங்கு ஏர்த்தொழில் புரியுங் குலமாகவே இப்பெயராற் போந்த குலம் சுட்டப் பெற்றது. 'ஏரின்மல்கு வளத்தினால் வரும்' என்று அடுத்த பாட்டிலே தொடர்ந்து கூறுவது காண்க. இப்புராணத்துள்ளே மற்றும் பல நாயன்மார்களை வேளாண் குலத்தவர் எனக் குறித்த ஆசிரியர் இங்கு ஏர்த்தொழில் செய்யும் இந்நாயனார் சூத்திர நற்குலத்தவர் என்று குறித்தலின் வேற்றுமை ஒன்றும் காணப் பெறவில்லை. வேளாளரின் வாய்மையின் மேன்மை பற்றி அறிவிப்பது ஆசிரியர் மரபு. உழுதுண்போர் – உழுவித் துண்போர் என்ற பாகுபாடு கருதி இவ்வாறு வேறு வேறாகக் குறிக்கப் பெற்றதோ என்று ஐயங் கொள்வாரும் உண்டு. 'பன்னர் – சதுர்த்தர் – பெருக்காளர் – வன்மையர் – மன்னுமுத்

தொழிலர் – மண்மகள் புதல்வர் – உழவர் – ஏரினர் – வாணர் – காராளர் – வினைஞர் – மேழியர் – வேளாளர் – என்றிவை – தொகுபெயர் எல்லாம் சூத்திரர் பெயரே' (பிங்கல நிகண்டு ஐந்தாவது ஆடவர் வகை – பெயர்ப் பிரிவு–55). இப்பெயர் பற்றி இந்நாளில் எழும் பலவகைப் பூசல்களையும் இப் புராணத்தின் எல்லைக்குட் கொண்டு புகுத்தி இடர்படுவதற்கு யாதோர் இயையும் இன்றெனக்"[9] என்று விரிவாகப் பேசுகிறார். எவ்வளவு விரிவாகப் பேசினாலும் நமக்கு ஒன்று புரிந்து விடுகின்றது. ஒரே இனக்குழுவைச் சார்ந்த மக்களில் நில வுடைமையாளர் வேளாளர் என்று உயர்வாகவும் நிலமற்றவர் சூத்திரர் என்று தாழ்வாகவும் பிரிக்கப்பட்டனர் என்பதுதான் அது.

இதே காலகட்டத்தில் வைணவர்கள் நாதமுனிகளைக் கொண்டு ஆழ்வார்களின் பாடல்களைத் தொகுத்துத் 'திவ்வியபிரபந்தம்' எனப் பெயர் சூட்டினர். கம்பர் 'ஏரெழுபது' பாடி வேளாளரை உயர்த்தினார். இராமானுஜர் இன்னும் ஒரு படி மேலே போய்ச் சூத்திரர்களுக்குப் பூணூல் மாட்டினார். இதன் விளைவாக வருணாசிரம வாதிகளின் பகைவரானார். சேக்கிழாரை ஆதரித்த அநபாயசோழ மன்னனால் சோழ நாட்டை விட்டு விரட்டப்பட்டார். அந்த மன்னன் உயிருடன் இருந்தவரை அவர் சோழ நாட்டிற்கு வராமல் கர்நாடகப் பகுதியில் வாழ்ந்தார் என்ற கதைகளும், கம்பன் இராமாயணத்தைத் தமிழ்ப் பண்புடன் மொழி பெயர்த்தான், இதனால் சூத்திரனான கம்பன் 'கம்பராழ்வார்' ஆனான் என்பதும் இணைத்து எண்ணிப் பார்க்க வேண் டியவையாகும்.

இத்தகைய நடவடிக்கைகளின் பலனாகப் பார்ப்பனர் களுக்கு அடுத்த இடத்தைப் பிடித்த சூத்திர வேளாளர்கள், தங்களுக்குக் கீழ்நிலையில் தள்ளப்பட்ட தமிழ் மக்களைப் பொருளாதார, கலாச்சாரத் தளங்களில் பார்ப்பனர்களுடன் இணைந்து ஒடுக்கினர். இதனால் ஆத்திரமுற்ற பெருவாரியான ஒடுக்கப்பட்ட தமிழர்கள் வாய்ப்பான காலங்களில் இவர் களை எதிர்த்துக் கலகம் புரிந்துள்ளனர். இதனைக் "காவலூர் கிராம சபையினர் அவ்வூரில் உள்ள எவரும் தம் நிலத்தை விற்கவோ, அடகு வைக்கவோ செய்தால் அதே சாதியைச் சேர்ந்தவருக்கு மட்டுமே விற்க அல்லது அடகு வைக்க வேண்டும் என்ற ஆணையைப் பிறப்பித்துள்ளதிலிருந்து அறியலாம். இரண்டாம் இராசேந்திரன் காலத் திரிபுவனம் கல்வெட்டு வரகூர்ப் பகுதியில் வரி விதிக்கவும், தண்டல் செய்யவுமான ஆணையிடும் உரிமை வெள்ளாளருக்கு மட்டுமே கொடுக்கப்பட்டுள்ளது என்று அறிவிக்கின்றது . . .

பிராமணருக்கும் வேளாளருக்கும் சிறப்புரிமைகள் அளிக்கப் பட்டிருந்தன. கொலைக்குற்றமே செய்திருந்தாலும் அவர் களுக்கு மரண தண்டனை விதிக்கக்கூடாது என்று அறிவிக்கப் பட்டது. ஏற்கனவே குறிப்பிட்டுள்ளபடி பிராமணர்களையும் வேளாளர்களையும் எதிர்த்துக் கலகம் செய்யக் கூடாது என்றும், மீறிக் கலகம் செய்பவர்களுக்கு இருபதாயிரம் காசு வரை தண்டம் விதிக்கப்படும் என்றும், தண்டம் செலுத்தத் தவறினால் குற்றம் செய்தவர்களின் நிலங்கள் பறிமுதல் செய்யப்படும் என்றும் கூறும் மூன்றாம் குலோத் துங்கனின் ஆணையைக் கல்வெட்டு ஒன்று சுட்டிக் காட்டுகிறது . . . கீழையூரில் உள்ள மூன்றாம் குலோத்துங்கனின் கல்வெட்டு பிராமணர்களுக்கும், வெள்ளாளர்களுக்கும் எதிராகக் கலகம் செய்த இருவருக்குத் திருவெழுந்தூர் மகாசபை ஆயிரம் காசுகள் தண்டம் விதித்த செய்தியைக் கூறுகிறது" போன்ற கல்வெட்டுச் செய்திகள் வெளிப்படுத்து கின்றன.

இத்தகைய சமூக மேலாண்மை அதிகாரத்தில் தங்கள் தொழில்களின் சிறப்பால் பார்ப்பனர் – வேளாளர்களை அடுத்தும் சில சாதியினர் இடம் பெற்றனர் என்பதைச் 'சித்திரமேழி பெரிய நாட்டார் (வேளாளர்கள்), திசையாயிரத்து ஐநூற்றுவர் (வணிகர்கள்), பல மண்டலங்களின் நாடுகளைச் சேர்ந்த செட்டிகள், தவணைச் செட்டிகள், ஜெயபாலகர்கள், முனைவீரகொடியர், கைவண்மை நிறைந்த சிற்பிகள், முதற்படைகலனையார் போன்றோர் "இராஜராஜப் பெருநீர அவையோம்" என்று தங்களைக் குறிப்பதைச் சோழர்கள்[11] நூலிலிருந்து நாம் அறியலாம். இத்தகைய சூழ்நிலைகளை நன்கு பயன்படுத்திக் கொண்ட வெள்ளாளர்கள் 'சிவஞான போதம்' நூலின் வழியாகத் தங்களைப் பார்ப்பனர்களைப் போன்று குரு பதவியில் அமர்த்திக் கொண்டனர். இதனை ஏற்காத மக்கள் செய்த கலகத்தை அந்தக் காலத்தில் நடந்த குகையிடிக் கலகங்களின் வழியாக நாம் அறிகின்றோம். அக்கலகங்கள் வேளாளர்களால் முறியடிக்கப்பட்டன. கடவுளைப் பாடும் வாயால் மனிதனைப் பாடமாட்டோம் என்ற நாயன்மார்கள், ஆழ்வார்களின் பாடல்கள் உண்மையில் உயர்வர்க்கத்தினரான உயர்சாதி மனிதர்களைக் 'குரு' ஆக்கிப் பொதுமக்கள் அனைவரும் அவர்களை வணங்குவது, கடவுளை வணங்குதலினும் மேலானது என நம்ப 'வைத்தது தான் என்பதைப்' படமாடக் கோயில்[12] என்ற திருமந்திரப் பாடலும் 'செம்மலர் நோன்றாள்'[13] என்ற சிவஞானபோதப் பன்னிரண்டாம் சூத்திரமும் வெளிப்படையாகவே விளக்கி விடுகின்றன. இது மட்டுமல்லாது இவ்விரு நூல்களையும்

தமிழனின் தனித்த தத்துவம் கூறும் நூல்கள் என இன்றைய காலத்திலும் கூறத் துணிவதைப் பார்க்கையில், வரலாறு என்பது சிந்தனையற்ற மனிதர்களை விலங்குகளினும் கீழாக்கத் தயங்காது என்பதைப் புரிந்துகொள்ள வைக்கிறதோ என்று எண்ணத் தோன்றுகிறது.

குறிப்புகள்

1. தொல்காப்பியம் – பொருளதிகாரம் – அகத்திணையியல் உரைவளம் – மு. அருணாசலம் பிள்ளை ஆய்வுரை 1975. ப. 223. மதுரை காமராசர் பல்கலைக் கழகம்.
2. புறநானூறு – 183 – ஆரியப்படை கடந்த நெடுஞ்செழியன்
3. புறநானூறு – 166 – துறை – பார்ப்பனவாகை
4. தமிழ் நூல்களில் தமிழ்மொழி, தமிழ் இனம், தமிழ்நாடு, டாக்டர் ப. கிருஷ்ணன் – முதற் பதிப்பு 2000, ப. 159
5. பி.டி. சீனிவாச அய்யங்காரின் தமிழர் வரலாறு, ப. 186. கா. கோவிந்தன் மொழி பெயர்ப்பு – கழக வெளியீடு.
6. ஊர் – நிலவுடைமையாளர் – உயர்சாதி வேளாளர் கூட்டமைப்பின் பெயர்.
7. நகரம் – பெரும் வணிகர்களின் கூட்டமைப்பின் பெயர்
8. C.K. சுப்ரமணிய முதலியார் – வழக்கறிஞர். பெரிய புராணத்திற்கு மிக விரிவான உரை எழுதியவர். மரபு களைப் புரிந்துகொள்ள இவ்வுரை உதவியாக இருக்கிறது.
9. பெரிய புராணம் – சி.கே.சி. உரை – பாகம் 1. இளையான் குடி மாற நாயனார் புராணம் – பக்.546, 547
10. தமிழ்நாட்டு வரலாறு – சோழப் பெருவேந்தர் காலம் – (இரண்டாம் பகுதி கி.பி. 900 – 1300).

    தமிழ் வளர்ச்சித் துறை வெளியீடு – பக்கம் 90, 91, 92
11. சோழர்கள் – கே.ஏ. நீலகண்ட சாஸ்திரி ப. 777.
12. படமாடக் கோயில் பகவற்கு ஒன்று ஈயில்
    நடமாடக் கோயில் நம்பர்க்கு அங்கு ஆகா
    நடமாடக் கோயில் நம்பர்க்கு ஒன்றீயில்
    படமாடக் கோயில் பகவற்க தாமே (திருமந்திரம் 1821)

    இதன் பொருள்: கடவுளுக்குச் செய்வதை விட – அடியவர்க்கு ஒன்று செய்வதுதான் கடவுளுக்குச் செய்வதாகும் என்பது, – கழக வெளியீடு – திருமந்திரம்.

13. 'செம்மலர் நோன்றாள் சேரல் ஒட்டா
    அம்மலர் கழிஇ அன்பரொடு மரீஇ
    மாலற நேயம் மலிந்தவர் வேடமும்
    ஆலயந் தானும் அரன்எனத் தொழுமே'

                                    சிவஞான போதம் - சூத்திரம் - 12

  இதன் பொருள்: இறைவனுடைய அடிகளைச் சேர விடாமல் தடுக்கும் மலத்தினின்றும் விடுபட வேண்டும் என விரும்பும் மனிதர்கள் – சிவத்தைத் தொழும் அன்பருடன் கூடிச் சிவனடியார்களையும், சிவன் கோவில்களையும் சிவன் என்றே தொழ வேண்டும்.

〇

கோவில் – நிலம் – சாதி – V

தமிழ் நாட்டின் நிலவுடைமை வரலாறு கி.பி. 7, 8ஆம் நூற்றாண்டுத் தொடங்கிக் கி.பி. 14ஆம் நூற்றாண்டில் ஒரு குறிப்பிட்ட வடிவத்தை அடைவதை முற்பகுதிக் கட்டுரைகளில் கண்டோம். இந்த நிலத்தின் உடைமையாளர்களாக உயர்சாதிகளைச் சேர்ந்த பார்ப்பனர்களும், சூத்திரர்களும் இருந்தனர். கீழ்நிலைச் சாதிகளுக்கும், கைவினைச் சாதிகளுக்கும் இந்த உரிமை கிடைக்கவில்லை. கோவில்களை மையப்படுத்தி நிலவுரிமை இருந்ததால், கோவில் நிர்வாகம் சார்ந்தவர்களே அந்த நிலத்தைக் கைவசம் வைத்திருந்தனர். அதுவும் குழு உரிமையாக இருந்தது. ஆகவே இந்த நிலவுடைமை அமைப்பு என்பது இந்தியாவின் பிற பகுதிகளிலும் உலகின் மற்ற பகுதிகளிலும் இருந்த நிலவுடைமை அமைப்பிலிருந்து வேறுபட்ட தன்மையுடையதாக இருந்தது.

இத்தகைய நிலவுடைமை என்பது நடைமுறையில், கலாச்சாரம் + பண்பாடு + நிர்வாகம் (சிவில் நிர்வாகம் எனப்படுகின்ற ஸ்தல ஆட்சி) என்பவை தம்முள் பிரிக்க முடியாத அளவுக்கு ஒருமைப்பட்ட தன்மையுடையதாக நடைமுறைப்படுத்தப்பட்டது. தமிழகத்தின் வரலாற்றை ஆராய்ந்த பல அறிஞர்கள் இந்தப் பகுதியைச் சரியாகக் கவனிக்கத் தவறிவிட்டனர். ஏனெனில் அரசு நிர்வாகம் என்பது அரசனைச் சார்ந்துதான் இயங்கும் என்ற நம்பிக்கையில் இதனையும் பார்த்தனர். இதன் விளைவாகக் கலாச்சாரம், பண்பாடு, சாதி போன்றவற்றின் மூலமாகக் கருத்தியல் மேலாண்மையையும், கோவிலின் மூலமாக நிலங்களின் மீதான ஆதிக்கத்தையும் பெற்றுக்கொண்ட குழுவினர் அரசனின்

அதிகாரத்தை இராணுவத் தலைமைக்கு மட்டும் உரிமையாக்கி விட்டுச் சட்டம், ஒழுங்கு போன்ற சமூகத்தின் மீது செலுத் தப்படும் அதிகாரங்களைத் தம் வசப்படுத்திக் கொண்டதைப் பார்க்கத் தவறினர்.

சோழர் ஆட்சிக் காலம் கி.பி. 8ஆம் நூற்றாண்டு முதல் கி.பி. 13ஆம் நூற்றாண்டு வரை சுமார் 500 ஆண்டுகள் செழித்து வளர்ந்தது. இந்த அமைப்பு கி.பி. 1311இல் மாலிக்காபூர் தமிழ்நாட்டிற்குள் பாண்டிய அரசன் சுந்தர பாண்டியனால் அழைத்து வரப்பட்டவுடன் சிதைவுக்கு உள்ளாகத் தொடங் கியது. இந்தச் சிதைவு முகமதுபின் துக்ளக்கின் படைத் தலைவர்களால் மேலும் எழுபது, எண்பது ஆண்டுகள் தொடர்ந்து நடக்க வழி ஏற்பட்டது. இந்த இடத்தில் ஒரு முக்கியமான விஷயம் பேசப்பட வேண்டும். அசோகர் பேரரசு, குப்தர் பேரரசு, ஔரங்கசீப் பேரரசு என்று இந்திய வரலாற்றில் 2500 ஆண்டுகளாகத் தொடர்ந்து வந்த எந்த அரசின் ஆதிக்கத்திலும் தமிழக நிலப்பகுதி ஆட்பட்டிருக்காது. இதனை எட்டாம் வகுப்பு, ஒன்பதாம் வகுப்பு வரலாற்றுப் பாடநூல்களில் உள்ள வரைபடங்களைப் பார்த்துக் குழந்தைகளும் சொல்லிவிடும். இத்தகைய வாய்ப்பைத் தமிழ் நாடு பெற்றதற்குக் காரணம் Political Geography என்று சொல்லக் கூடிய நிலவியலே காரணம். உலகில் மிகச் சில நாடுகளே இத்தகைய வாய்ப்பைப் பெற்றவை என்பதும், உலகின் சில குறிப்பிட்ட பகுதி மக்களுக்கு மட்டும் இயற்கை வழங்கும் கொடை இது என்பதும் குறிப்பிடத்தக்கது. இத்தகைய வாய்ப்பைப் பெற்ற தமிழ் நாட்டை இசுலாமியர்கள் தாக்கிச் சீரழித்தனர் என்று இருபதாம் நூற்றாண்டின் ஆய்வாளர்கள் கூறுவது ஏற்கத்தக்கதல்ல. முன்பே சுட்டிக்காட்டியபடி இசுலாமியர்களைத் தமிழ்நாட்டிற்குள் அழைத்து வந்தது இந்துத்துவத் தமிழ் மன்னர்களான பாண்டியர்களே. பாண்டியனின் படைத் துணையாக வந்த மாலிக்காபூர் தமிழ்நாட்டில் உள்ள கோவில்களின் செல்வத்தைக் கொள்ளை யடித்துச் சென்றான். தமிழ் நாட்டுக் கோவில்கள் புனித ஸ்தலங்களாக இல்லாமல் வளங்கொழிக்கும் பொக்கிசக் கருவூலங்களாக உள்ளன என்பதை அறிந்த மற்ற இசுலாமிய ஆட்சியாளர்கள் தமிழகத்தை மீண்டும் மீண்டும் தாக்கிக் கொள்ளையிட்டனர். அந்தத் தாக்குதல்களின் விளைவாகச் சைவ, வைணவக் கோவில்கள் தங்கள் செல்வங்களை இழந்த துடன், தெய்வீக மேன்மையையும் இழந்தன. தமிழ்நாட்டின் நிர்வாக மையங்களாக இருந்த கோவில்கள் வீழ்ச்சி அடைந்தன என்பது அன்றைய சனாதனப் பார்ப்பன சாதியத்தின் வேர்களையும் ஆட்டம் காண வைத்தது. 1311 தொடக்கம்

பொ. வேல்சாமி

முதல் 1386 வரை சிதம்பரம் கோவிலில் பூசைகள் நடை பெறவில்லை. 23.4.1387 அன்று விஜயநகர மன்னன் இரண்டாம் ஹரிஹரன் காலத்தில் (1377 – 1404) 76 ஆண்டுகளுக்குப் பின் 77ஆம் ஆண்டு பூசை முன்பு போல சிறப்பாக நடை பெற்றது.[1] 14ஆம் நூற்றாண்டு முழுமையும் தமிழகத்தில் வருணாசிரம தருமமும், சாதிய ஏற்றத்தாழ்வுகளும் பெரும் சீர்குலைவைச் சந்தித்தன. பார்ப்பனிய சனாதன ஆதரவாளர் களான மன்னர்களின் ஆதிக்கம் வீழ்ச்சியடைந்தது. இதனால் உயர்சாதியினர் (பார்ப்பன + சூத்திரச் சாதிகள்) தங்கள் இராணுவ பலத்தை இழந்தனர். கோவில்கள் கொள்ளை யிடப்பட்ட நிகழ்வானது இவர்களுடைய கலாச்சார, பண் பாட்டு மேலாண்மையையும் சிதைவுக்குட்படுத்தியது. இதன் விளைவாக அந்தக் கால கட்டத்தில் ஒடுக்கப்பட்ட, தாழ்த்தப் பட்ட மக்களின் கலகங்கள் வெடித்தன. அக்காலகட்டத்தைப் புரிந்துகொள்ள கீழ்வரும் விஷயங்கள் உதவும்.

(i) ஐஞ்சிறு காப்பியங்களில் ஒன்றான 'நீலகேசி' 9ஆம் நூற்றாண்டுக்கு முற்பட்டது. ஜைன சமயம் சார்ந்த அந்தக் காவியத்திற்கு 11ஆம் நூற்றாண்டில் சமய திவாகர முனிவர் உரை வரைகின்றார். இந்திய மதத் தத்துவ தரிசனங்கள் பலவற்றை ஜைன தத்துவக் கண்ணோட்டத்தில் கேள்விக் குட்படுத்தும் அந்த உரையில் பகவத்கீதையும் விமர்சனத் துக்குள்ளாக்கப்படுகிறது. வைதிக மரபில் புகழ்பெற்ற பகவக் கீதை தமிழ்நாட்டில் 7, 8ஆம் நூற்றாண்டுகளிலேயே தமிழர் களுக்கு அறிமுகமாகிவிட்டது. அதனைப் பாண்டிய பல்லவச் செப்பேடுகள் தெரிவிக்கின்றன. இத்தகைய 'புகழும்' 'புனிதமும்' வாய்ந்த நூல், இதே தமிழ் மரபில் 13ஆம் நூற்றாண்டுகளுக்குப் பின்னர் பித்தலாட்டமான நூல் என்று சமய திவாகர முனிவரால் விமர்சிக்கப்படுவது கவனிக்கத் தக்கது. நீலகேசிக் கடவுள் வாழ்த்துப் பாடல் உரையில் இதனை விளக்குகிறார்.[2]

(ii) தமிழ் நாட்டில் தலித்துகள் தங்கள் குரலை ஓங்கி ஒலிக்கும் காலம் 1990க்குப் பிறகுதான் என்பது நாம் அனை வரும் அறிந்தது. ஆனால் 14ஆம் நூற்றாண்டிலேயே தலித் பெண் கவிஞர் ஒருவர் சாதியத்தையும் சனாதனத்தையும் கடிந்து பாடிய சில பாடல்கள் பாய்ச்சலூர்ப் பதிகம் என்று வழங்கப்படுகிறது. கனலும், கவித்துவமும் நிறைந்த அந்தப் பாடல்களில் ஒன்று.

> ஒரு பனை இரண்டு பாளை ஒன்று நுங்கு ஒன்று கள்ளு
> அறிவினில் அறிந்தவற்கு அதுவுங்கள் இதுவுங்களே
> ஒரு குலை உயர்ந்ததேனோ ஒரு குலை தாழ்ந்ததேனோ
> பறையனைப் பழிப்பதேனோ பாய்ச்சலூர் கிராமத்தாரே[3]

(iii) சித்தர்கள் தோன்றி, பொருத்தமற்ற கோவில் வழிபாடு, ஆன்மீகம், சாதிப்பிரிவுகள் போன்றவற்றை வன்மையாகக் கண்டித்தும் நக்கலடித்தும் பாடல்கள் இயற்றினர்.

(iv) இசுலாமிய மதத்தின் நுழைவானது இந்துத்துவத் துக்குச் சவாலாகக் கருதப்பட்டது. ஆகவே இசுலாமியத்துக்குத் தமிழ் நாட்டில் கடும் எதிர்ப்பு நிலவியது. இத்தகைய வரலாற்றுப் பின்புலத்தில் தோன்றிய இசுலாமியத் தமிழ் இலக்கியத்தின் முதன் நூலான 'பல்சந்தமாலை' இந்துத்துவம் கலகலத்துப் போயிருந்த 14ஆம் நூற்றாண்டைச் சார்ந்ததாக இருக்கும் எனக் கருதுவது தவறாகாது. 'களவியற் காரிகை' என்ற அகப்பொருள் இலக்கண நூலில் மேற்கோளாக 8 பாடல்கள் 'பல்சந்த மாலை' என்று பெயர் குறித்துக்காட்டப் படுகிறது. களவியற் காரிகையைப் பதிப்பித்த வையாபுரிப் பிள்ளை அவர்களும் மு. அருணாசலம் அவர்களும் இந்த நூலை இசுலாமிய இலக்கியத்தின் முதல் நூலாகக் கருது கின்றனர். அதிலுள்ள ஒரு பாடல்,

வில்லார்நுதலியும் நீயும் இன்றே சென்று மேஉதிர் – சூது
எல்லாம் உணர்ந்தவர் ஏழ்பெருந் தரங்கத்து யவனர்கள்
அல்லா என வந்து சாற்றியும் நாதரைக் கைதொழும் சீர்
நல்லார் பயிலும் பழனங்கள் சூழ்தரு நாட்டு அகமே[4]

(யவனர்கள் – சோனகர்கள் என்பன பொதுவாக அராபியர் களைக் குறிக்கும். சிறப்பாகச் சங்க இலக்கியங்களில் யவனர்கள் என்ற சொல் கிரேக்கர்களையும் உரோமானியர் களையும் குறிக்கப் பயன்படுத்தப்பட்டுள்ளது.)

(v) இந்துத்துவ மீட்புவாதிகளால் மேற்கொள்ளப்பட்ட நடவடிக்கைகளில் ஒன்றாகப் பகவத்கீதை இந்தக் காலத்தில் தமிழில் மொழிபெயர்க்கப்படுகிறது. 'பரமார்த்த தரிசனம்' என்று பெயர்கொடுத்து பட்டர் என்பவர் விருத்தப்பாவில் எழுதுகிறார். இதன் சிறப்புப் பாயிரமானது, மாயனே வடமொழியில் கீதை செய்தது மட்டுமின்றி, சேமமாநகரம் தேடிவந்த பட்டராய்ப் பிறந்து இதைத் தமிழிலும் செய்தார் என்று கூறுகின்றது. இதிலுள்ள ஒரு பாடல்

உன்னும் நான்மறை மால்வரை உச்சிமேல்
மன்னும் மேகம் முழங்கிய வரிக்கினை
பன்னு சீர்ப்பர மார்த்த தரிசனம்
என்னும் நாமத்து இதனை இயம்புவாம்.[5]

நூல் இறுதியில் இவர் சங்கரருக்குக் குருவாயிருந்த கோவிந்த பகவத் பாதருடைய பெருமையைக் கூறி, தாம் சங்கர பகவத் பாதர் அருளினால் இந்நூல் செய்ததாகவும்

கூறுகிறார். ஆசிரியர் இதற்குத் தமிழில் பரமார்த்த தரிசனம் என்று பெயர் சூட்டிய போதிலும் இதன் பெயர் பகவத் கீதை என்றே ஏடுகளில் காணப்படுகிறது. பழமையாகவே இதற்கு உரை ஏற்பட்டுள்ளது. ஏடுகளில், மூலமும் உரையு மாகவே நூல் உள்ளது; பல உரைகள் உள்ளன.

(vi) தமிழ்ச் சமூகத்தின் சாதிகளுக்குள் 'வலங்கை', 'இடங்கை' என்ற கூட்டமைப்புகளும் பிரிவுகளும் தோன்றின. பாடல்களை வருணங்களின் உயர்வு தாழ்வுக்கு ஏற்றவை போலப் பாடும் மரபு உருவானது. அதற்குப் பாட்டியல் நூல்கள் இலக்கணம் கூறின. சாதியும் வருணமும் என்ற மனிதப் பிரிவுகள் இலக்கியத்திலும் புகுந்து பிளவுபடுத்தியதை உலகமொழிகளில் தமிழில்தான் காணலாம்.

II

இசுலாமியப் படைகளின் வரவால் தங்கள் பொருளாதார, உள்ளூர் நிர்வாக அதிகாரங்களை இழக்கும் தறுவாயில் இருந்த பார்ப்பன + சூத்திரத் தமிழர்கள் மாற்றார் இராணுவக் கூட்டுடன் அவற்றை மீட்டெடுத்துக் கொண்டனர். ஆனால் கலாச்சார, பண்பாட்டு நாகரிக மேலாண்மையை முன் காலங்கள் போல ஆளப்படும் மக்களிடையே உளவியல் ரீதியாக உருவாக்க உடனடியாக முடியவில்லை. மதம், சாதி, பிரதேச வேறுபாடு என்று பல தளங்களில் பிளவுண்ட தமிழ்ச் சமூகம் – தமிழ்மொழி என்ற ஒன்றின் மூலம் மட்டுமே கட்டுண்டு இருந்தது. கருத்தியல் ஆளுமையை இந்த மக்கள் திரளின் மீது செலுத்துவதற்கு மொழி தவிர வேறு உபாயங்கள் ஏதும் இல்லை. இதனை நன்கு புரிந்துகொண்ட பார்ப்பன + சூத்திர அறிஞர்கள், தங்கள் செயல்பாட்டை மொழி வழியாகச் செயல்படுத்தினர். அவற்றுள் ஒன்று, பழந்தமிழ் நூல்களுக்கு வருணாசிரம அடிப்படையில் விளக்கங்கள் எழுதுவது. இரண்டு, இலக்கியப் படைப்புகளை ஜனரஞ்சகப் படுத்துவது. மூன்று, இலக்கிய விநியோகத்தையும் நுகர்வையும் மக்களிடையே கொண்டு செல்வது. நான்கு, தன்னுடைய ஊர் மட்டுமே உயர்வானது என்ற எண்ணத்தை உருவாக்கி மக்களின் வாழும் நிலப்பரப்பைச் சுருக்கி 'ஸ்தலமயப் படுத்துவது'. இத்தகைய பல முயற்சிகள் மேற்கொள்ளப்பட்டன.

(i) இருபதாம் நூற்றாண்டு ஆராய்ச்சியாளர்கள், உரை யாசிரியர்கள் இல்லாவிட்டால் பழைய நூல்களை நம்மால் புரிந்துகொள்ள முடியாது என்று எழுதியிருக்கின்றனர். அந்தக் கூற்று முழு உண்மையல்ல. ஏனென்றால் உரை

யாசிரியர்கள் உரை எழுதும் காலத்தில் அவர்கள் எடுத்துக் கொண்ட நூல்கள் அவர்கள் காலத்திற்குப் பல நூறு ஆண்டுகாலம் முந்தியது என்பதை நாம் கவனிக்க வேண்டும். அவர்கள் காலம் வரை பொருள் விளங்கி வந்த நூல்கள் பின்னர் ஒரு ஐந்நூறு ஆண்டுகளில் எப்படிப் பொருள் விளங்காமல் போகும்? ஆக உண்மையான காரணம் அதுவல்ல. தமிழ்ச் சமூகம் பார்ப்பனியத்திற்கும் சாதியத் திற்கும் அடிமைப்படாதிருந்த காலத்தைச் சேர்ந்தவை அந்த நூல்கள் என்பது வெளிப்படையானது. ஆகவே அந்த நூல்கள் சாதிகளாகப் பிளவுண்ட தமிழர்கள் அனைவருக்கும் சொந்தம் கொண்டாடத் தகுதியானது. கலகலத்துப் போன சனாதன தர்மத்தைத் தூக்கி நிறுத்தி மீண்டும் மக்கள் மத்தியில் நிலைபெறச் செய்வதற்கு அந்த நூல்களின் வழியே செயல் புரிவது எளிமையான வழி. பரிமேலழகர் திருக்குறள் உரையின் தொடக்கத்தில் பின்வருமாறு கூறுகிறார்.

"அவற்றுள், அறமாவது மனு முதலிய நூல்களில் விதித்தன செய்தலும், விலக்கியன ஒழித்தலும் ஆம். அஃது ஒழுக்கம், வழக்கு, தண்டம் என மூவகைப்படும். அவற்றுள் ஒழுக்கமாவது அந்தணர் முதலிய வருணத்தார் தத்தமக்கு விதிக்கப்பட்ட பிரம்மசரியம் முதலிய நிலைகளில் நின்று அவற்றுக்கு ஓதிய அறங்களின் வழுவாது ஒழுகுதல்... அதுதான் நால்வகை நிலைத்தாய் வருணந்தோறும் வேறுபாடு உடைமையின்..."

வேத வேள்விகளைப் பழித்தும் பிறப்பின் ஏற்றத் தாழ்வுகளைக் கண்டித்தும், பிறப்பல்ல, ஒழுக்கமே மனிதனின் உயர்வுக்கு அடிப்படை என்பதை வலியுறுத்தியும் 'பிறப் பொக்கும் எல்லா உயிர்க்கும் சிறப்பொவ்வா செய்தொழில் வேற்றுமையான்' என்று வருணாசிரம சனாதன தருமங்களைக் கண்டித்துப் பேசுகிறார் வள்ளுவர். மனு, மனுநீதி போன்ற வருணாசிரம நீதியை வலியுறுத்தும் சனாதனக் கருத் தோட்டத்தை ஆதரிப்பவராகப் பரிமேலழகரால் காட்டப் படும் உரைப் பகுதிகள் திருக்குறளை நமக்கு விளக்க வந்ததா? அல்லது பார்ப்பனியத்தை, வைதிகத்தை, மனித ஏற்றத் தாழ்வைப் போற்ற வந்ததா? திருவள்ளுவரை நேரே படித்தால் அவர் சனாதனத்தின் எதிரி. பரிமேலழகர் ஊடே படித்தால் சனாதனத்தின் காவலர். பரிமேலழகர் இப்படி என்றால் நச்சினார்க்கினியர் எப்படித் தெரியுமா?

ஜைன சமயத்தைச் சார்ந்த தொல்காப்பியரைத் திரண துமாக்கினி என்ற பார்ப்பனனாக்கி, ஜைன கல்வி மரபின் ஊடாகப் பாலி, பிராகிருதம், பழைய சமஸ்கிருதம் போன்ற வற்றை நன்கு பயின்ற தொல்காப்பியரைப் பிற்காலத்தில் இட்டுக்கட்டப்பட்ட பார்ப்பன முனிவர் அகத்தியனின்

மாணவராக்கிய கதையும் நச்சினார்க்கினியரின் உள்ளத்தைத் தெளிவுபடுத்தும். மேலும் நூலின் உள்பகுதிகள் பலவற்றில் அவர் எழுதும் 'திருமணமுறைகள்', 'கல்வி கற்கும் முறைகள்' மற்றும் நூல்களில் சிறந்தவை இவை என்று கூறுகின்ற புறத்திணையியல் (75ஆவது சூத்திரம்) பகுதியில் வேதம் முதலியவற்றை முதல்தர நூல்கள் என்றும், வடமொழி இராமாயணம், பாரதம் போன்றவற்றை இரண்டாந்தர நூல்கள் என்றும், சங்க இலக்கியங்களை மூன்றாந்தர நூல்கள் என்றும் பிரித்து எழுதும் பகுதி அவர் சனாதனத்தைத் தூக்கிப் பிடிக்கிறாரா? சங்க இலக்கியத்தைத் தூக்கிப் பிடிக் கிறாரா? என்பதைப் பாமரத் தமிழனுக்கும் விளக்கிவிடும். உச்சிமேல் புலவர்கொள் நச்சினார்க்கினியர் இப்படி என்றால், வடநூல் கடலை நிலை கண்டு உணர்ந்த சேனா வரையர் எப்படித் தெரியுமா? தமிழ் இலக்கணம் குறிப்பாகச் சொல்லிலக்கணப் பகுதிகள் முழுமையாக வடமொழியாகிய சமஸ்கிருதத்தைச் சார்ந்துதான் உள்ளது என்று வாதம் செய்வது. குறிப்பாகத் தமிழில் உள்ள வேற்றுமை இலக் கணத்தின் தனித்தன்மையை விளக்காமல் வடமொழியாகிய சமஸ்கிருதத்தில் உள்ள வேற்றுமை இலக்கணங்கள்தான் தமிழிலும் உள்ளன என்ற பகுதிகள் தமிழ் இலக்கணம்கூட வேதவழிப்பட்டதுதான் என்று வலியுறுத்தத்தான் என்பதை நாம் புரிந்துகொள்கிறோம்.

இலக்கண ஆசிரியர்களின் செயல்பாடுகள் இத்தகைய தென்றால் மற்றொரு புறம் இலக்கிய ஆசிரியர்களான உயர்சாதியினர் செயல்பாடு வேறுவிதமாக இருந்தது. ஆசிரியர் – மாணவர் – அவையோர் என்ற கண்ணோட்டத்தில் படைக்கப்பட்டு வந்த காவிய மரபு என்பது, நிகழ்த்துவோர், கேட்போர் என்ற நாடக மரபிற்கு மாற்றப்பட்டது. இதன் ஊடான இலக்கியச் செயல்பாடுகள் என்பன இன்னொரு வகையில் பொதுமக்களிடையே நேரடியாக நிகழ்த்தும் பிரச்சாரக் கலைகளாக மாற்றப்பட்டன. கம்பராமாயணம் இராம நாடகக் கீர்த்தனையாக மாறியது. பெரிய புராணம் பெரிய புராணக் கீர்த்தனையாகியது. இதே போன்று சீவகசிந்தாமணி அம்மானை வடிவம் பெற்றது. இத்தகைய இலக்கிய முயற்சிகள் கேட்போருக்குக் கல்வியும் சிந்தனையும் இருக்க வேண்டும் என்ற முந்தைய தேவையை மாற்றி யமைத்தது. கேட்கக் காது மட்டும் இருந்தால் போதுமானது. இசையும் நாடகப் பாங்கும் கலந்து கதாகாலட்சேப வடிவம் பெற்ற இலக்கியங்கள், விவசாயப் பணிகள் முடிவடைந்து மக்கள் மகிழ்வுடன் கோவில் கொண்டாட்டங்கள் என்று களிப்புற்றிருந்த நாட்களில் நிகழ்த்தப்பட்டன. பெரும்பாலும்

பார்ப்பனச் சாதியையும் சிறுபான்மைச் சூத்திர உயர் சாதியினரையும் சேர்ந்தவர்களால்தான் இவை நிகழ்த்தப் பட்டன. சரிந்து, சிதைந்து வந்த வைதிகக் கட்டமைப்பைப் பொதுமக்கள் மீண்டும் ஏற்றுக்கொள்ளும் மனநிலையை உருவாக்குவதற்குத் தோதான புராண, இதிகாச காவியங் களைத் தேர்ந்தெடுத்தனர். அத்துடன் தனிமனித மேன் மையைப் போதிக்கும் ஒழுக்கம் என்று, மனுநீதி, சுக்ரநீதி, பதினெண் கீழ்க்கணக்கு நூல்களில் உள்ள நீதி நூல்கள் போன்றவற்றிலிருந்து மேற்கோள்களை இணைத்தனர். இசையுடன் கலந்து நடித்தனர். இத்தகைய நிகழ்வாக்கங்கள் கொண்ட நூல்கள்தான் தமிழில் பிரபந்த இலக்கியங்கள் என்று சொல்லப்பட்டன. கேட்போரை மையமாகக் கொண்டவை இந்த இலக்கியங்கள். கேட்போர் சாதி ரீதியாகப் பிரிக்கப்பட்டிருந்தமையால் இந்த இலக்கியங்களும் வருணசாதி ரீதியாகப் படைக்கப்பட்டன.

அசைவுண்டு போன ஆதிக்கத்தை இராணுவ ரீதியில் விஜயநகரப் பேரரசின் ஆதரவைக் கொண்டு வலுப்படுத்தினர். பொதுமக்களிடையே நம்பிக்கையை இழந்த கடவுள் போன்ற இந்துத்துவக் கருத்தியல் கட்டுமானங்களை இலக்கியம், நாடகம், இசை என்ற கேளிக்கைகளின் வடிவத்தில் அந்தப் பொதுமக்களின் பாரம்பரியத்தைக் கூறுவதாகக் கதைகட்டி உருவாக்கினர். ஒரு காலத்தில் இமயம், கங்கை, மௌரியர்கள், யவனர்கள், சோனகர்கள் என்று இந்தியா மற்றும் உலகின் பலநாட்டாரையும் உள்ளடக்கி விதந்து பேசிய தமிழ் இலக்கியம் உள்ளூர் அளவில் சுருங்கித் தலபுராணங்களாக மாறியது. அறிவும் அனுபவமும் முயற்சியும் கலந்த உலக ளாவிய பார்வை என்பது சோம்பலும் மடமையும் மூட நம்பிக்கையும் கொண்ட ஸ்தலப் பார்வையாகச் சுருக்கப் பட்டுச் சுயசாதிப் பெருமையே தன் பெருமை என்ற மனோ பாவத்தை மீண்டும் தமிழனிடம் உருவாக்கியது. உலகளாவிய தமிழன் சாதியத்திற்குள் இழுக்கப்பட்டதும், அதை உடைக்கும் வாய்ப்பு இசுலாமியத்தால் வழங்கப்பட்டதும், அதைப் பார்ப்பனியத்திற்கு எதிராகச் சரிவரப் பயன்படுத்தத் தவறிய சூத்திரச் சாதிகளின் வீழ்ச்சி மீண்டும் தமிழகத்தில் உருவானது.

குறிப்புகள்

1. புலவர் செ. இராசு (ப. ஆ) திருப்பனந்தாள் காசி மடத்துச் செப்பேடுகள், கொங்கு ஆய்வு மையம், ஈரோடு, 1999, ப. 73

பொ. வேல்சாமி

2. பொ.வே. சோமசுந்தரனார் (உ. ஆ) நீலகேசி, கழக வெளியீடு, சென்னை, 1973, ப. 8 – 9

3. மு. அருணாசலம், தமிழ் இலக்கிய வரலாறு, பதினைந்தாம் நூற்றாண்டு, காந்தி வித்தியாலயம், திருச்சிற்றம்பலம், 1969, ப. 362

4. மு. அருணாசலம், தமிழ் இலக்கிய வரலாறு, பதினான்காம் நூற்றாண்டு, காந்தி வித்தியாலயம், திருச்சிற்றம்பலம், 1969, ப. 332

5. மு. அருணாசலம், தமிழ் இலக்கிய வரலாறு, பதின்மூன்றாம் நூற்றாண்டு, காந்தி வித்தியாலயம், திருச்சிற்றம்பலம், 1970, ப. 287, 288

மு. அருணாசலத்தின் தமிழ் இலக்கிய வரலாற்று நூல்கள் – ஒரு விமர்சனப் பார்வை

புதுமைப்பித்தனின் வசவுப்பாடல்[1] மூலமாக எண்பதுகளில் எனக்கு அறிமுகமானவர் மு. அருணா சலம். தமிழில் நவீன இலக்கியத்தின் முதல்தரமான குறியீடாக மாறிவிட்ட புதுமைப்பித்தனால் தூற்றப் பட்டதால் படுபிற்போக்குத்தனமான தமிழ்ப் பண்டிதராக என்னுள் உருக்கொண்ட பேராசிரியர், தன்னுடைய நூற்றாண்டுவாரியான இலக்கிய வரலாற்று நூல்களின் அறிமுகத்தினால் கொஞ்சம் கொஞ்சமாகப் பழைய கருத்திலிருந்து என்னை மீட்டெடுத்தார். இருபதாண்டு களுக்கு முன் தஞ்சைத் தமிழ்ப் பல்கலைக்கழகத்தில் அவரைச் சந்தித்தேன். அப்பொழுது அவர் எழுதியிருந்த இலக்கிய வரலாறுகளில் 14,15,16ஆம் நூற்றாண்டு (16ஆம் நூற்றாண்டு மட்டும் 3 பாகங்கள்) நூல்கள் மட்டும்தான் கிடைத்தன. இந்த நூல்களின் செய்திகளால் வியப்புடன் ஈர்க்கப்பட்டிருந்த நான், அவரைப் பார்த்தவுடன் முன்தொகுதி இலக்கிய வரலாறுகள் கிடைக்குமா ஐயா? என்று ஆவலுடன் கேட்டேன். ஆனால் ஆர்வமுள்ள ஓர் இளம்வாசகனிடம் நம்பிக்கையூட்டும்படி அவர் பேசவில்லை. மற்றைய பேராசிரியர்களிடம் அவரைப் பற்றி விசாரித்தபோது, ஒரு திமிர்பிடித்த மனிதர் என்பது போன்ற பதில்கள்தான் கிடைத்தன. அது உண்மையாகவும் இருக்கலாம்; ஆனால் அந்தத் திமிர் பிடித்த மனிதனின் எழுத்துகளை வாசிக்காத ஒரு வருக்குப் பல நூற்றாண்டுகாலத் தமிழ் வரலாற்றின் முகமே தெரியாமல் போகும் நிலை ஏற்படும் என்பது

உறுதி. தமிழிலக்கியம் மட்டும் அல்லாது வடமொழிப் படிப்பு, ஆங்கிலப் புலமை, காந்தியத்தில் ஈடுபாடு, தோட்டக் கலை முதலியவற்றில் ஆர்வம், சைவசித்தாந்தத் தமிழ் நூல்களில் வியக்கத்தக்க புலமை போன்ற பலதுறைகளிலும் கல்வியாளர் இவர். சைவத்திற்கு மட்டுமே 'தமிழ்' சொந்த மானது என்ற அசைக்க முடியாத கருத்துடையவர். ஆயினும் இதேபோன்ற கருத்துடைய தமிழ்ப் 'பேராசிரியர்'களிடமிருந்து பல இடங்களில் வேறுபட்டுக் காட்சியளிக்கிறார்.

தமிழிலக்கியத்திற்கு ஒரு வரலாற்றை உண்டாக்க முடியும் என்ற எண்ணமே இருபதாம் நூற்றாண்டின் ஆரம்பத்தில்தான் தமிழர்களுக்கு ஏற்படுகின்றது. தமிழர்களிடையே தேசிய ஒருங்கிணைப்பு என்ற கருத்தாக்கத்தை உருவாக்குவதாகக் கூறிக்கொண்டு தமிழ் இலக்கிய வரலாற்றை எழுதினர். ஆனால் அந்த நிகழ்வானது உயர்சாதிச் சூத்திரத் தமிழர்கள் தான் தமிழ்க் கருத்தியலுக்குச் சொந்தமானவர்கள் என்பது போலக் காட்டிப் பெரும்பான்மையான தமிழ் மக்கள் இவர்களுடைய கருத்தியலும் அதன் வழியான அதிகாரமும் இயல்பானதுதான் என்று எண்ணும்படி செய்தது அது. தாங்கள் சார்ந்த சாதியின் மேலாண்மையை மற்ற தமிழ்ச் சமூகத்தவர்களிடம் நிலைநாட்ட வேண்டும் என்பதே அவர் களின் நோக்கம் என்பதை வெளிப்படுத்திவிட்டது. பார்ப் பனர்களும் உயர்சாதிச் சூத்திரர்களும் மற்ற மக்களின் மீதான தங்கள் மேலாண்மைக்கு வலுச் சேர்க்கும் கருத்தியல் நடவடிக்கையாகத்தான் இது இருந்தது. அரசியல் சார்ந்த இந்த நடவடிக்கை இலக்கியத்தின் ஊடாகச் செயல்பட்டது. 1930களுக்குப் பின்னர் இந்தக் களத்தில் சூத்திர உயர்சாதி யினர் பார்ப்பனர்களை வென்றுவிட்டார்கள் என்றே சொல்லலாம்.

இத்தகையவர்களின் எழுத்துக்கள் சங்க இலக்கியத்தையும் தொல்காப்பியத்தையும் தேவார திருவாசகத்தையும் அதாவது பன்னிரு சைவத் திருமுறைகளை வைத்தே புனையப்பட்டன. கா.சு. பிள்ளை, இராசமாணிக்கனார், க. வெள்ளைவாரணனார், சதாசிவப் பண்டாரத்தார் போன்றவர்களின் நூல்கள் இதற்குச் சிறந்த எடுத்துக்காட்டாகும். இதே நேரத்தில் தெ.பொ. மீனாட்சி சுந்தரனார், வையாபுரிப்பிள்ளை போன்றவர்கள் இந்தியத் தேசியம் என்ற கருத்தியலின் ஊடாகத் தங்கள் எழுத்துகளை முன்வைத்தனர். இதனால் இவர்களுடைய எழுத்துகளில் சமண, பௌத்த மதம் சார்ந்த தமிழிலக்கியங்களும் சமஸ்கிருத இலக்கிய, இலக்கணங்களும் முன்னிலைப்படுத்தப்பட்டன. இதனால் இவர்கள் தமிழ்த் துரோகிகள் என்றும் பழிக்கப் பட்டனர்.

இவர்கள் அனைவருடைய எழுத்துகளும் தமிழிலக்கியப் பரப்பின் சில குறிப்பிட்ட பகுதிகளை மட்டுமே பேசின. முழுமையான தமிழிலக்கிய வரலாறு எழுதப்படாமலேயே கிடந்தது. அந்தப் பகுதியில்தான் பேராசிரியர் அருணா சலத்தின் பங்களிப்பு நிகழ்ந்தது.

சதாசிவப் பண்டாரத்தாரால் எழுதப்பட்டு அண்ணா மலைப் பல்கலைக்கழகத்தின் வெளியீடான '13, 14, 15ஆம் நூற்றாண்டு இலக்கிய வரலாறு' என்ற நூல் 100 பக்கங் களுக்குள் உள்ளதுதான். ஆனால் அருணாசலம் அவர்களின் '13, 14, 15ஆம் நூற்றாண்டு இலக்கிய வரலாறு' 1300 பக்கங் களுக்கு மேற்பட்டது என்பது கவனிக்கத்தக்கது. இவருடைய நூலாக்க முறைமையும் மற்றவர்களிடமிருந்து வேறானது மட்டுமல்ல; நவீனமானதும்கூட. அதாவது இவருடைய நூலின் முன்பகுதியிலே நூலாக்கத்திற்கான காரணங்களாகக் கூறும் ஒரு விரிவான ஆய்வு முன்னுரை, இலக்கிய ஆசிரியர், இலக்கண ஆசிரியர், சைவ இலக்கியம், வைணவ இலக்கியம், ஜைன இலக்கியம், பௌத்த இலக்கியம், பிரபந்த இலக்கியம், வேதாந்த இலக்கியம், சித்தர் இலக்கியம், பிற்சேர்க்கை அதனுள் சைவப் பரம்பரை, வைணவப் பரம்பரை, ஆதார நூல்கள், ஆசிரியர் பெயர்கால அட்டவணை, ஆசிரியர் கால ஒப்புமை அட்டவணை, ஆராய்ந்த நூல்கள் என்று பல பகுதிகள் குறிப்பிடப்படும். இதுவன்றியும் இவருடைய தொகுதிகள் அனைத்திலும் நூற்றுக்கணக்கான பக்கங்களில் அடிக்குறிப்புகள் நிறைந்திருக்கும்.

சைவமதம் சார்ந்த கண்ணோட்டமுள்ள இவர், தன்னுடைய நூல்களை ஒரு தேர்ந்த கல்வியாளர் என்ற நிலையிலேயே எழுத முயற்சி செய்திருக்கிறார். அதில் பாதிக்கு மேல் வெற்றியும் பெற்றுவிட்டார் என்று கூறலாம். இத்தகைய தன்மையிலான நூல்களை எழுதும் ஆர்வத்தை இவரிடம் தோற்றுவித்தவர் திருவாரூர் சோமசுந்தர தேசிகர். தேசிகர் எழுதிய '16,17ஆம் நூற்றாண்டுத் தமிழ் இலக்கிய வரலாறு' என்ற நூல்களைத் தமக்கு முன்மாதிரியாகக் கொண்டார். முதல் முதலாகப் 'பதினான்காம் நூற்றாண்டுத் தமிழ் இலக்கிய வரலாறு' என்ற நூல் 1969இல் இவரால் வெளியிடப்படுகின்றது. அந்த நூலின் பெரும்பகுதி சைவ நூல்கள் பற்றியதாகவே உள்ளது கவனிக்கத்தக்கது.

மதத்தின் அடிப்படையிலான பார்ப்பன, சூத்திர சிவில் அதிகாரம் என்பது இஸ்லாமியர் நுழைவால் (1311) 14ஆம் நூற்றாண்டில் கலகலத்துப் போனது. மதமும் கோவிலும் சார்ந்த கருத்தியல் நிலையிலான அரசு அதிகாரம் என்பது

வலுவிழந்து போன நிலையில் அதனை எங்ஙனம் மீட்டெடுப்பது என்று சிந்தித்திருந்தனர். அரைநூற்றாண்டு காலத்திற்குப்பின் ஆந்திராவில் உருவான விஜயநகரத்தைச் சேர்ந்த சூத்திர அரசர்களுடன் இணைந்து தமிழ்நாட்டுப் பார்ப்பனர்களும் உயர்சாதிச் சூத்திரர்களும் தமிழ் மக்கள் மீதான தங்கள் பழைய அதிகாரத்தை மீட்டுருவாக்கும் முயற்சியில் ஈடுபட்டனர். (பின்னர் வந்த நூற்றாண்டுகளில் விஜயநகரம் சார்ந்த சூத்திர அரசர்கள் வலிமைகுன்றியபோது மராட்டியச் சூத்திரர்களுடனும் சந்தா சாகிப் போன்ற இஸ்லாமியர்களுடனும் இவர்கள் அதிகாரத்தைப் பகிர்ந்து கொண்டதும் கவனிக்கத்தக்கது. இதனை மறைத்துவிட்டு க.ப. அறவாணன் போன்றவர்கள் தமிழரின் மீதான அயலவர் படையெடுப்பு என்று தொடர்ந்து கூறிவருவது வரலாற்றைத் திரித்துப் புரட்டுவதாகும்.)[2]

கலகலத்துப்போன அரசியல் அதிகாரக் கட்டுமானத்தை இந்துத்துவக்கூட்டுடன் மீட்டெடுத்துக்கொண்ட இந்தக் கூட்டாளிகள்[3] (இந்தச் செய்திகளைப் பற்றிய விரிவான தகவல்களை நான் எழுதிய கோவில் – நிலம் – சாதி கட்டுரைகளின் பிற்பகுதிகளில் காணலாம்.) அரசியல் அதிகாரம் தலைமுறை தலைமுறையாகத் தங்கள் சந்ததியினர் கையிலேயே தொடர்ந்து இருப்பதற்கான கருத்தியல் கட்டுமானங்களைப் புனைந்து உருவாக்கும் செயல்பாடுகளில் ஈடுபட்டனர். அதற்கு சமஸ்கிருதத்தையும் அத்வைதத்தையும் வைணவ சித்தாந்தங்களையும் கைக்கொண்டு சூத்திரர்களுக்குச் சைவசித்தாந்தத்தை உரிமையாக்கிச் செயல்பட ஆரம்பித்தனர். சாதியால் பிளவுண்டு கிடந்தாலும் மொழியால் ஒருநிலைப்பட்ட தமிழ் மக்களை அணுகுவதற்குப் பழந்தமிழ் நூல்களைத் தங்களுடைய கருத்தியல் ஆயுதமாக மாற்றினர். இந்தச் செயல்பாடுகள்தான் பழந்தமிழ் நூல்களுக்கு உரை எழுதும் பணியாகச் சொல்லப்படுவது.

சங்க இலக்கியங்கள், தொல்காப்பியம், திருக்குறள் போன்ற நூல்களுக்கான உரைகள் எழுதப்பட்டன. (இந்த உரைகள் நுட்பமான பல அரிய செய்திகளைப் பிற்காலத்தவர்களுக்குத் தெரிவிப்பனவாக இருந்தாலும் அடிப்படையில் அந்நூல்களுக்குப் பூணூல் அணிவித்தலும் சைவ தீட்சை கொடுப்பதும்தான் செய்தன.) சித்தாந்த நூல்கள், வேதாந்த நூல்கள், இவற்றின் பொதுமக்கள் வடிவமான இசையும் தாளமும் சார்ந்த பிரபந்த நூல்கள், கீர்த்தனை நூல்கள், தலபுராணங்கள் போன்றவை தோன்றின.

இருபதாம் நூற்றாண்டு அரசியல் வரலாற்றில் மேலாண்மை பெறுவதற்குச் சங்க நூல்கள், தொல்காப்பியம், திருக்குறள்,

காப்பியங்களில் சிலப்பதிகாரம் மட்டும் இவர்களுக்குப் போதுமானவையாக இருந்தன. ஆகவே 13ஆம் நூற்றாண்டுக்குப் பிந்தைய நூல்களும் இலக்கியவரலாறுகளும் (அவை சைவ நூல்களே ஆயினும்) பெரும்பாலும் புறக்கணிக்கப்பட்டன. தேர்ந்த கல்வியாளரான மு.அருணாசலம் தன்னுடைய ஆரம்பகால நூலான 'சைவ சித்தாந்த சிறுநூல்கள்' என்ற நூலிலேயே இதனை இனங்காட்டுகிறார். பின்வந்த காலங்களில் தன்னுடைய கடும் உழைப்பின் துணைகொண்டு பெருநூல்களாக விரித்து எழுதுகிறார். அப்பொழுது சைவ நூல்கள் மட்டுமல்லாது ஜைன, பௌத்த, இஸ்லாம் தொடர்பான நூல்களையும் இலக்கணம், மதத் தத்துவம் சார்ந்த நூல்களையும் உள்ளடக்குகின்றார்.4 இதில் அவர் திரட்டித் தரும் பல செய்திகள் புதுமையாகவுள்ளன. தமிழ்நூல் பரப்பு என்பது விரிவானதும் ஆழமானதும் தொடர்ந்த வரலாறு உடையதும் என்பதை நமக்குப் புரியவைக்கிறார். இந்தப் பணிகளின் ஊடாக மதம் சார்ந்த ஒருவர் தமிழ் சார்ந்த ஒருவராக நமக்குக் காட்சியளிக்கிறார்.

பாடத்திட்ட இலக்கிய வரலாறு என்பது வரைபடத்தில் நகரங்களைப் பார்ப்பது போன்றதாகும். ஆனால் தமிழ்ச் சூழலில் உண்மையான தமிழ் இலக்கிய வரலாறு பாடத் திட்டத்தில் உள்ளதுதான் என்ற எண்ணம் கல்வியாளர் களிடம்கூட நிலைபெற்று இருக்கிறது. இதன் விளைவாகத் தமிழ்மொழிபற்றியும், தமிழிலக்கியம் பற்றியும் எதார்த்தத் திற்குப் புறம்பான கருத்துகளே ஆட்சி செலுத்தி வருகின்றன. இந்த நிலையை மாற்றியமைப்பதற்குச் சிலர் முயன்றனர். அவர்களுள் வையாபுரிப்பிள்ளை, தெ.பொ.மீ போன்றவர்கள் குறிப்பிடத்தக்கவர்கள். ஆனால் இவர்களாலும் அந்தப் பணி முழுமை அடையவில்லை. இந்தப் பணியை ஏற்றுக் கிட்டத்தட்ட முக்கால்வாசிப் பகுதியை முழுமைபெறச் செய்தவர் மு.அருணாசலம் ஒருவரே என்பது குறிப்பிடத் தக்கது.

இனி மற்றவர்கள் யாரும் பார்க்காது விட்ட, ஆனால் தமிழிலக்கியத்தின் செல்நெறியை வெளிப்படுத்திக்காட்டும் பல நூல்களைப் பற்றிய தகவல்களை மு. அருணாசலம் சுட்டிக்காட்டும் முறையில் காணலாம். இவருடைய இலக்கிய வரலாற்று நூல்களுள் முதலாவது நூலாக 'ஒன்பதாம் நூற்றாண்டு இலக்கிய வரலாறு' இருக்கிறது. ஒன்பதாம் நூற்றாண்டிற்குரிய சிறப்பம்சங்களாக இவர் குறிப்பிடுபவை, 1) தமிழில் நிகண்டு நூல்கள் முதல் முதலில் தோன்றியது – சேந்தன் திவாகரம். தமிழில் இசை இலக்கணம் இயம்பும்

பொ. வேல்சாமி

நூல்கள் தோன்றியது – பஞ்சமரபு. பிரபந்த இலக்கியத்தைச் சார்ந்த கலம்பக இலக்கிய வகையில் முதன்முதலாக நூல் தோன்றியது – நந்திக்கலம்பகம். சமண சமயம் சார்ந்த தமிழிலக்கியத்தில் திருப்பாவை, திருவெம்பாவை போன்ற அமைப்புடைய 'பாவைப்பாட்டு' தோன்றியது. இது திருப் பாவை, திருவெம்பாவை தோன்றியதற்கு முந்தியதாக அமைந்திருக்கலாம். பௌத்த தமிழிலக்கியத்தில் 'விம்பிசாரக் கதை', 'சித்தாந்தத்தொகை', 'திருப்பதிகம்', 'மானாவூர்ப்பதிகம்' போன்ற சிறுநூல்கள் எழுதப்பட்டன. இவ்வாறு சில புதிய வகையான நூல்கள் தமிழிலக்கியத்தில் முதன்முதலாகத் தோன்றி நிலைபெறுவதை இந்நூற்றாண்டு வரலாற்றில் நன்கு விளக்குகிறார்.

பத்தாம் நூற்றாண்டு இலக்கிய வரலாற்றின் சிறப்புப் பற்றி ஆசிரியரே முன்னுரையில் கூறுவது,

"இந்த நூலில் தரப்பட்ட விளக்கங்களில், கண்டராதித்தர் வரலாறும் காலமும், அவர் திருவிசைப்பா எழுதுவதற்குக் காரணமாயிருந்தமையும் சொல்லப்பெறுவது, தமிழ் வரலாற்றில் ஒரு புதிய விளக்கம். பதினோராந் திருமுறை பற்றிய விளக்கமும், அதனுள் நூல் செய்த பட்டினத்தார் வரலாறு, வரகுண பாண்டியன் வரலாறு என்பனவும் சிறப்பானவை. வைணவ ஆசாரியர் பற்றிய ஆராய்ச்சி, தமிழ் இலக்கிய வரலாறு கூறுவோர் பொதுவாகச் சொல்வதில்லை. இருப்பினும், 5–6 நூற்றாண்டுகளில் அந்தாதிகள் பாடிய முதலாழ்வார் தொடங்கி, பல வைணவ இதிகாசங்கள் எழுந்த 16ஆம் நூற்றாண்டு வரையில், வளர்ந்த வைணவ இலக்கியத் தொடர்பை இவ்வரலாற்று நூல்களில் ஆசாரியர் வரலாற்று மூலம் விளக்கியிருக்கிறோம். இம்மரபில் நூல் எழுந்த காலமும் உண்டு, எழாத காலமும் உண்டு; தொடர்புக்காகவே இவ்வாசாரியரைத் தவறாமல் குறிப்பிடுகிறோம். நூல் பற்றி இவ்வரலாறு தரும் விளக்கங்களில் பிங்கல நிகண்டு, பன்னிரு பாட்டியல், பெரும்பொருள் விளக்கம் என்பன முக்கிய மானவை; சூளாமணிக் காப்பிய ஆராய்ச்சி அதிகம் சிறப் புடையது; கல்வெட்டில் கண்ட திரிசிராமலையந்தாதியும் சிறப்புடையது. காலம் பற்றிய விளக்கங்களில், நக்கீரதேவர், பரணதேவர், பட்டினத்தார், கண்டராதித்தர், சினேந்திர மாலை என்பன குறிப்பிடத்தக்கவை. தொட்ட இடமெல்லாம் இங்குக் கருத்து பற்றிய விளக்கம் காணலாம். பிங்கல நிகண்டு ஆராய்ச்சி இப்பகுதியில் சிறப்பானது. வரலாறு விளங்காத பல சைன நூல்களை ஒரு தொகுப்பாய் இங்கு ஆராய்ந் திருப்பதும் குறிப்பிடத்தக்கது.

உரைநடை வளர்ச்சியை ஆராய்வதற்குத் துணையாக இந்நூலில் இரு உரைகளிலிருந்தும் பல சோழர் சாசனங்களிலிருந்தும் எடுத்துக்காட்டுகள் தரப்பட்டு உள்ளன."

மேலும் ஒன்பதாம் திருமுறையில் உள்ள திருவிசைப்பா பாடலைப் பாடிய சேந்தனார், நந்தனாரைப் போலப் பறையர் குலத்தவர் என்ற குறிப்பும் வைணவ ஆசிரியர்களில் ஈசுவரமுனி, திருக்கண்ண மங்கையாண்டான், வங்கிபுரத் தாய்ச்சி மேலும் சமண நூல்களான அமிர்தபதி, நாரத சரிதை, பிங்கல சரிதை, வாமன சரிதை போன்றவற்றைப் பற்றிய குறிப்புகளும் வக்கினக்கிரந்தம் என்ற வக்கானிக் கிரந்தம் (வக்கானித்தல் – விவாதம் செய்தல்) போன்ற தருக்க நூல் குறிப்புகளும் திரையக் காணம், தேசிகமாலை போன்ற நூல்களைப் பற்றிய குறிப்புகளும் பிடவூர் வேளாளர் தந்தை என்ற புலவர் பற்றிய குறிப்புகளும், தேசபக்தர் வ.உ.சிதம்பரம் பிள்ளையை சொர்ணம்பிள்ளை என்ற ஒருவர் 'இன்னிலை' என்ற நூல்சுவடியைக் கொடுத்து ஏமாற்றிய கதையையும் கூறும் பகுதிகள் குறிப்பிடத்தக்கன.

பதினோனராம் நூற்றாண்டு இலக்கிய வரலாற்று முன்னரையில் வேறு எந்தத் தமிழாசிரியரும் கவலைப்படாத தங்கள் நூல்களின் அச்சு வடிவம், அமைப்புப் பற்றி மு.அ. அவர்கள்,

"பொதுவாக பழைய பைகா எழுத்தும் அதுபோன்ற புது எழுத்துகளும், வலப்புறம் சிறிதே சாய்ந்திருக்கும். இது கண்ணுக்கு ஓர் ஓட்டங் கொடுத்து, எவ்வளவு நேரம் படித்தாலும் சோர்வு தோன்றாதபடியும், படிக்க வசதியாயும் இருந்தது. எழுத்திலுள்ள இயல்பான மென்மை – தடிப்பு ஆகிய கோடுகள் கண்ணுக்கு இதமாயிருக்கும். இதைவிட்டு அனேகர், சிறந்த இலக்கியங்களைக்கூட, மெலிந்த எழுத்திலும் (தின் டைப்), சுருங்கிய எழுத்திலும் (கண்டென்ஸ்டு டைப்), தடித்த எழுத்திலும் (போல்டு) அச்சிட்டிருக்கிறார்கள். இந்த மூன்றும் படிக்க வசதி தராதவை. தினசரிப் பத்திரிகை எப்படி வேண்டுமானாலும் அச்சிடலாம்; இது பார்த்த பின் தூக்கி எறிய வேண்டியது. ஆனால் உண்மை இலக்கியங்கள் இப்படியல்ல; நீண்ட நாள் சோர்வு அடையாமல் பல முறை படித்தற்குரியவை. படிப்பதற்கு அச்சு முறையும் துணைபுரிய வேண்டும்.

ஆங்கில எழுத்து செங்குத்தாயிருக்கிறதேயென்று சொல்லிப் பயனில்லை. ஒவ்வொரு மொழிக்கும் தனியான ஒரு பண்பு உண்டு. ஒன்று மற்றதற்குப் பொருந்தாது. தமிழ்

எழுத்துச் சிறிது சாய்ந்திருப்பதே அழகு, படிக்க வசதி என்று பெரிய நூல்களைப் படிக்கின்றவர்களுக்கு அச்சும் அமைப்பும் இடையூறாக இல்லாமல் வசதியாக இருக்க வேண்டும்” என்று கவலை கொண்டு எழுதுவது கவனிக்கத் தக்கது.

நம்பியாண்டார் நம்பி, இராமானுஜர், பொன்னவன் கனாநூல் போன்ற குறிப்புகள் கவனிக்கத்தக்கன. பிற் சேர்க்கையில் வ.உ. சிதம்பரனார் முதல் முதலாகப் பதிப்பித்த தொல்காப்பியம் பொருளதிகாரம் இளம்பூரணர் உரையைச் சைவ சித்தாந்த நூற்பதிப்புக்கழகம் முன்னர் பதிப்பித்தவர்க்கு நன்றிகூட கூறாமல், மறுபதிப்புச் செய்த நியாயமற்ற செய்கையையும், அந்தப் பதிப்பில் கழகம், சிதம்பரனார் இளம்பூரணர் உரை சிதைந்த இடங்களில் நச்சினார்க்கினியர் போன்றவர்களின் உரையைப் பகர அடைப்புக்குள் போட்டு நிறைவு செய்திருந்ததைக் கழக வெளியீட்டில் பகர அடைப்பு களை நீக்கிவிட்டு அச்சிடப்பட்ட பதிப்பு நேர்மையற்ற செயல்களைக் கண்டித்து எழுதும் பகுதியும் வைணவ குரு பரம்பரை வரலாறுகள், தொல்காப்பிய உரை பதிப்புகள், வைணவ ஆசாரிய பரம்பரை போன்றவை குறிப்பிடத்தக்கவை.

பன்னிரண்டாம் நூற்றாண்டு என்றாலே தமிழ் இலக்கியப் பயிற்சி உடையவர்களுக்குச் சேக்கிழார், ஒட்டக் கூத்தர், ஜெயங்கொண்டார் போன்ற புலவர்கள் நினைவுக்கு வருவார்கள். இரண்டு பாகங்களாலான இந்த நூற்றாண்டு வரலாற்று நூலில் முழுமையும் இவர்களைப் பற்றித்தான் பேசப்படுகிறது. சைவ சமயத்தின் மேல் பற்றுக்கொண்ட மு.அ. அவர்கள் இந்த நூற்றாண்டைத் தமிழ்நாட்டின் பொற்காலம் என்பார். தமிழ்நாட்டிற்குப் பொற்காலமோ இல்லையோ, உயர்சாதிச் சூத்திரத் தமிழர்கள், பார்ப் பனர்களை அடுத்துத் தமிழ்நாட்டின் நிலவுடைமையாளர் களாக இடம் பெற்றதும் கோவில்களை மையமாகக் கொண்ட உள்நாட்டு ஆட்சி நிர்வாகத்தில் பங்கு பெற்றதும் இந்தக் காலத்தில்தான் என்பதை அக்காலக் கல்வெட்டுகள் புலப் படுத்துகின்றன. திருவுந்தியார், திருக்களிற்றுப்படியார், ஞானாமிர்தம் போன்ற இந்நூற்றாண்டைச் சேர்ந்த சைவ சித்தாந்தம் பேசும் இந்நூல்கள் என்பன உயர்சாதிச் சூத்திரத் தமிழர்கள் நிலக்கிழமை, ஆட்சியதிகாரத்தில் பங்கு போன்ற வற்றுடன் மத நிறுவனம் சார்ந்த தெய்வீகத் தலைமையைப் பெறுவதிலும் முனைந்து செயல்பாட்டார்கள் என்பதை வெளிப்படுத்துகின்றன. அடுத்து வந்த காலங்களில் நடந்த ‘குகையிடிக்’ கலகங்கள் என்பன, சூத்திர உயர்சாதித்

தமிழர்களால் உருவாக்கப்பட்ட ஆன்மீகத்தலைமையகங்கள் மீது பார்ப்பனர்கள் நடத்திய தாக்குதல்தான் என்று தற்கால ஆராய்ச்சியாளர் குறிப்பிடுவது சரியானதுதான் என்பதைத் தெரிவிக்கின்றன.

பெருந்தேவனாரின் வீரசோழிய நூலுக்கான உரை, தண்டியலங்கார நூல் பற்றிய குறிப்புகள், நேமிநாதம், வச்சணந்தி மாலை, சமண சமய மரபுகளைக் கூறும் அருங்கலச் செப்பு போன்ற நூல்கள் இந்த நூற்றாண்டிலும் தமிழ்மொழிக் கல்வி என்பது இன்னும் சமண மதத்தவர் வசமிருந்து சைவ மதத்தவர் கைகளுக்கு முழுமையாக மாறவில்லை என்பதைத் தெரியப்படுத்துகின்றன.[5] பதினோராம் நூற்றாண்டு நூலிலுள்ள 'ஔவையார்' பற்றிய குறிப்புகளும் 'கத்தியார்' பற்றிய குறிப்புகளும் சமண சமயத்தில் பெண்கள் துறவியாக ஏற்கப்பட்டனர் என்பதையும் அவர்கள் நல்ல தமிழ்ப்புலமை பெற்றிருந்தனர், அத்துடன் பல தமிழ்நூல்களை இயற்றியும் இருக்கின்றனர் என்பதையும் விளக்குகின்றன. கிறிஸ்தவ மதத்தில் பெண் துறவிகளைச் 'சகோதரி' என்று அழைப்பது போன்று சமணமதம் சார்ந்த பெண் துறவிகளைக் கத்தியார் என்றும் ஔவையார் என்றும் அழைத்திருக்கின்றனர்.

"நூற்றாண்டு வரையறை என்பது ஒரு செயற்கையான வரையறையே. சில ஆசிரியர் ஒரு நூற்றாண்டில் பிறந்து வளர்ந்து, அடுத்த நூற்றாண்டில் வயதில் முதிர்ச்சி பெற்று நூல்கள் செய்து புகழ் எய்தியிருத்தல் இயல்பே. உதாரணம்: குலோத்துங்க சோழன் கோவையாசிரியர். இவர் நூல் செய்தது நிலைமைகளையொட்டி கி.பி. 1205 என்று எழுது கிறோம். இவர் 12ஆம் நூற்றாண்டிலேயே பெரும் புலவரா யிருந்திருப்பார். எனினும், இவர் செய்த நூலின் காலம் 1205ஐ ஒட்டியிருக்குமென்று கருதுவதால் இவர் வரலாற்றை யும் நூலையும் 13ஆம் நூற்றாண்டு வரலாற்றில் கூறுகிறோம்; இக்குலோத்துங்க சோழனுக்குரிய ஆட்சிக்காலம் கி.பி. 1178 – 1218 என்பதையும் கருதுக. இதுபோல், நன்னூலார் காலம் கி.பி. 1212 என்று கூறுகிறோம். இது எதனால் என்றால், இவரை ஆதரித்த சீயகங்கன் பொறித்த கல்வெட்டொன்று 1212–க்குரியதாய்த் தெரிவதால்; பவணந்தி முனிவர் நன்னூல். செய்தது இவ் ஆண்டுக்கு முன்னுமிருக்கலாம், பின்னுமிருக் கலாம். மிக முன்னாக இருந்தால், 12ஆம் நூற்றாண்டின் இறுதியாதலும் கூடும். எனினும், தெரிந்த ஓர் எல்லையைக் குறிப்பிட்டுக் கூறுதலே சாத்தியம் ஆதலால், இவரை 13ஆம் நூற்றாண்டின் தொடக்கத்தில் வாழ்ந்தவர் என்று கூறுகிறோம்."

நூற்றாண்டு வாரியான வரலாற்று நூல்களின் தன்மை எப்படியிருக்கும் என்பதை மேற்கூறியவாறு பதின்மூன்றாம்

நூற்றாண்டு முன்னுரையில் விவரித்துவிட்டு இந்த நூற்றாண்டைப் பற்றிப் பேச ஆரம்பிக்கிறார்.

500 ஆண்டுகளாகச் செழித்து வளர்ந்துவந்த வைதீகப் பார்ப்பனியத்திற்கும் சூத்திர நிலவுடைமைக்கும் அடிப்படையான சைவ, வைணவக் கோவில்கள் இஸ்லாமியர்களால் கொள்ளையடிக்கப்பட்டும், மூன்று தலைமுறைக் காலமாகப் பூஜை முதலிய விழாக்கள் இன்றி மூடப்பட்டும் இருந்த காலம் இது. இந்துத்துவக் கொடுங்கோன்மை அரசர்கள் தங்களுக்குள் இருந்த போட்டியில் டெல்லியிலிருந்த இஸ்லாமியரை அழைத்து வந்து தமிழகத்தைக் காட்டிக் கொடுத்ததுடன், அதுகாலம் வரை வலுவாக இருந்து இத்தகைய கொடுங்கோலர்களைக் களிப்புடன் வாழவைத்த சாதிய அமைப்பையும் கலகலத்துப் போகச் செய்த காலம் இது. அடுத்து வந்த காலங்களிலும் சைவம், வைணவம் சார்ந்த கொடுங்கோல் ஆட்சியாளர்கள் தங்கள் அதிகாரத்தை மீட்டெடுப்பதற்காகச் சிறிதும் வெட்கமின்றி விஜயநகரத்தைச் சேர்ந்த இந்துத்துவத் தெலுங்கர்களுடன் கூட்டடித்துக் கும்மாளமிட்ட காலம் இது.

எத்தகைய சிறப்புப் பெற்ற தமிழறிஞராயினும் தன் சாதி, தன் மதம் என்று வரும்போது வழுக்கி விழுந்துவிடுவார்கள் என்பதற்கு மு.அ. உம் விதிவிலக்கு அல்ல. தமிழ் நாட்டிற்குள் இஸ்லாமியர்கள் படையெடுத்து வரவில்லை. பாண்டியர்களால் அழைத்து வரப்பட்டனர் என்பதை அவரே ஆதாரத்துடன் கூறிவிட்டு, அந்தப் பத்தியின் இறுதியிலேயே அவர்கள் மதுரையை அழித்தனர்; பாண்டியரும் அழித்தனர்; தமிழராட்சியும் அழிந்தது என்று எழுதுவதைப் பாருங்கள்.

"இக்குலசேகரன் பிள்ளைகள் இருவர்; பட்டத்தரசியின் புதல்வனான சுந்தரபாண்டியனும், காதற்கிழத்தியின் புதல்வனான வீரபாண்டியனும். இருவருள் இளையவனான வீரபாண்டியனே நாடாளும் தகுதியுடையவனெனக் கருதி 1296இல் குலசேகர பாண்டியன் இவனுக்கு இளவரசுப் பட்டம் கட்டினான். இதனால் கோபமடைந்திருந்த சுந்தர பாண்டியன் சமயம் பார்த்திருந்து, 1310இல் தந்தையைக் கொன்று, தான் முடிசூடினான். சூடியும் அரசு நிலைக்கவில்லை. அடுத்த போரில் இவன் வீரபாண்டியனிடம் தோற்றோடி, டில்லியில் அரசு புரிந்த அலாவுதீன் கில்ஜியின் படைத்தலைவனாய்த் தென்னாடு வந்திருந்த மாலிக்காபூரின் துணையை நாட, அவன் பாண்டி நாட்டைச் சூறையாடி, மதுரையை அழித்தான்; இரு பாண்டியரின் செல்வங்களையுமே டில்லிக்குக் கொண்டு சென்றுவிட்டான். (டில்லிக்குக்

கோவில் - நிலம் - சாதி

கொண்டு சென்ற செல்வம் 612 யானை; 20 ஆயிரம் குதிரை, 96 ஆயிரம் மணங்கு பொன் முத்துக்கள் அணிகலன்கள்.) சுமார் கி.பி. 1330 முதல் 1378 வரை மதுரையில் முகம்மதியர் ஆட்சி, கோயில்கள் கொள்ளையிடப்பட்டு, வழிபாடெல்லாம் நின்று போயிற்று. பின்னர் விஜயநகர வேந்தர் தலைவன் குமாரகம்பண்ணன் படையெடுத்து முகமதியரை ஓட்டி, மதுரையைப் புனர்நிர்மாணம் செய்தான். இங்ஙனமாக, முகம்மதியர் படையெடுப்பு ஏற்பட்டு மதுரையை அவர்கள் அழித்தபோது பாண்டியரும் அழிந்தனர்; தமிழ்நாடெங்கும் தமிழராட்சியும் அழிந்தது;"

பார்ப்பனர்களாலும் உயர்சாதிச் சூத்திரர்களாலும் சோழர் காலத்திலிருந்தே ஒடுக்கப்பட்ட, ஒதுக்கப்பட்ட தமிழர்கள்மீது நிகழ்த்தப்பட்ட கொடுமைகள் இன்றை நிலை வரை மாறவில்லை என்பது பாமரத் தமிழனுக்கும் தெரியும் உண்மை. இந்த வல்லூறு உயர்சாதிக் கூட்டாளிகள் தங்கள் அதிகாரத்திற்குச் சிக்கல்கள் நேரும் காலங்களில் 'தமிழுக்கு ஆபத்து', 'தமிழனுக்கு ஆபத்து' என்று கூக்குரல் விடுவதும், அந்தச் சிக்கல்கள் தீர்ந்தவுடன் மதத்தின் பெயராலும் சாதியின் பெயராலும் எளிய தமிழர்களை ஒதுக்குவதும் ஒடுக்குவதும் வரலாற்றில் தொடர்ந்து நிகழ்ந்துகொண்டுதான் இருக்கிறது.

சென்ற நூற்றாண்டுகளில் பார்ப்பனர்களுக்கு நிகரான சமயம் சார்ந்த ஆன்மீக அதிகாரத்தை அடைய முயன்ற உயர்சாதிச் சூத்திரத் தமிழர்கள் பதின்மூன்றாம் நூற்றாண்டில் நடந்த அரசியல் குழப்பத்தைப் பயன்படுத்தி அடைந்து விட்டார்கள் என்பதை மெய்க்கொண்டாரின் 'சிவஞான போதம்', அருள்நந்தி சிவாச்சாரியாரின் 'சிவஞான சித்தியார்', மனவாசகங் கடந்தார் எழுதிய 'உண்மை விளக்கம்' போன்ற நூல்கள் வெளிப்படுத்துகின்றன. குறிப்பாக மெய்க்கண்டார் என்ற சூத்திரர்க்கு அருள்நந்தி சிவம் என்ற பார்ப்பனர் சீடரானார் என்பது நெருக்கடியான காலங்களில் பார்ப்பன, உயர்சாதிச் சூத்திரக் கூட்டு தங்களுக்குள் சில நெகிழ்வான சமரசங்களை ஏற்படுத்திக்கொள்ளும் என்பதைச் சுட்டிக் காட்டுகிறது. மு.அ. இந்தக் காலத்தில் பண்டைத் தமிழ் நூல்களுக்கு உரை இயற்றும் முயற்சி பெரிதாயிற்று (13ஆம் நூற்றாண்டு ப.9) என்று கூறுகிறார். சிதைவுக்கு உள்ளாகவிருந்த வைதிகச் சாதியக் கருத்தோட்டங்களைத் தமிழர்கள்மீது வலுப்பெறச் சுமத்துவதற்குத்தான் உரை எழுதும் முயற்சிகள் நடந்தன என்பதை அவர் கூறவில்லை. திருக்குறளுக்குப் பரிமேலழகர் உரை, தொல்காப்பியத்திற்கு நச்சினார்க்கினியர்

உரை போன்றவை இதனை வெளிப்படையாகவே புலப்படுத்துகின்றன. சுருக்கமாகக் கூறினால் வைதிகமும் சாதியமும் வலுவிழந்துபோன நிகழ்ச்சிகளும் சனாதனத்தை மீண்டும் தூக்கி நிறுத்தி வலுப்படுத்துவதற்குப் பார்ப்பன, சூத்திர உயர்சாதிக் கூட்டாளிகள் கலாச்சாரம் சார்ந்த இலக்கியத் தளத்தில் செயல்பட்டதும்தான் பதின்மூன்றாம் நூற்றாண்டுத் தமிழ் இலக்கிய வரலாறு என்று கூறலாம். இந்த நிலை பதினான்காம் நூற்றாண்டிலும் தொடர்ந்தது.

பதினான்காம் நூற்றாண்டின் முக்கிய நிகழ்வுகளாக இரண்டைக் குறிப்பிடலாம். ஒன்று, வலுவிழந்துபோன வைதிக சமயம் தன்னை நிலைநிறுத்தும் முயற்சிகளில் செயல்பட்டது. மற்றது, வைதிக சமய நிறுவனங்களை எதிர்த்தும், கருத்தோட்டங்களை எதிர்த்தும் நடந்த கருத்தியல் போராட்டங்கள். ஒருபக்கம் பண்டைத் தமிழ்நூல்களுக்கு உரை எழுதுகின்றோம் என்ற நடவடிக்கையினூடாக அந்த நூல்கள் வைதிகக் கருத்துகளுடன் இணைந்தது போலவும் வைதிகத்தைத் தன்னுடைய அடிப்படைக் கொள்கையாகக் கொண்டவை போலவும் காட்டும் விளக்கங்களை வரைந்தனர். எடுத்துக் காட்டாக திருக்குறளுக்குப் பரிமேலழகர் எழுதிய உரையில் உள்ள முன்னுரையும், நச்சினார்க்கினியர் தான் எழுதிய தொல்காப்பிய உரையின் தொடக்கத்திலேயே ஒரு கதையைப் படைத்துத் தொல்காப்பியரைப் பார்ப்பனராக ஆக்குவதும் புறத்திணையியல் 75ஆம் சூத்திரத்தில் வாகைத்திணை பற்றி விளக்கும்போதும் முதல்தரமான நூல்கள் வேதங்கள் என்றும்,

“இனி இதிகாச புராணமும் வேதத்திற்கு மாறுபடுவாரை மறுக்கும் உறழ்ச்சிநூலும் அவரவர் அதற்கு மாறுபடக் கூறும் நூல்களும் கடையாய ஒத்து எழுத்துச் சொல்லும் பொருளும் ஆராய்ந்து இம்மைப் பயன் தருதலின் அகத்தியந் தொல்காப்பியம் முதலிய தமிழ்நூல்களும் இடையாய ஒத்தாமென்றுணர்க; இவையெல்லாம் இலக்கணம். இராமாயணமும் பாரதமும் போல்வன இலக்கியம்.

இனித் தமிழ்ச் செய்யுட்கண்ணும் இறையனாரும் அகத்தியனாரும் மார்க்கண்டேயரும் வான்மீகனாருங் கவுதமனாரும் போல்வார் செய்தன தலையும். இடைச் சங்கத்தார் செய்தன இடையுங் கடைச்சங்கத்தார் செய்தன கடையுமாகக் கொள்க.

இங்ஙனம் ஒத்தினையும் மூன்றாகப் பகுத்தது, அவற்றின் சிறப்புஞ் சிறப்பின்மையும் அறிவித்தற்கு. இவற்றுள் தருக்கமும் கணிதமும் வேளாளர்க்கும் உரித்தாம்.”

(தொல்காப்பியம் பொருளதிகாரம், ப.364)

என்கிறார். பண்டைத் தமிழ்நூல்களை வைதிகப்படுத்தும் முயற்சி நடந்துகொண்டிருந்த அதே வேளையில், சனாதன நால்வருணக் கோட்பாட்டையும் சாதியத்தையும் தமிழிலக்கியப் படைப்புகளின் உள்ளேயே செலுத்தும் முயற்சியும் நடைபெறத் தொடங்கியது. பாட்டியல் நூல்கள் என்பன இக்காலத்தில் தோன்றி பார்ப்பனர்க்கு இத்தனைப் பாட்டு, சத்திரியனுக்கு இத்தனைப் பாட்டு, வைசியனுக்குப் பாட்டு இவ்வளவு, நிலவுடைமையாளனான சூத்திரனுக்கு இத்தனைப் பாட்டு என்று கோட்பாடாகவே வரையறுக்கத் தொடங்கின. இத் தகைய கருத்துகளை உள்ளடக்கிய நூல்கள் பிரபந்தங்கள் எனப்படும். இசையுடன் இயைந்து படைக்கப்பட்ட இந் நூல்கள் பொதுமக்கள் மத்தியில் கதாகாலட்சேப வடிவில் நிகழ்த்துகலையாக நடத்தப்பட்டன.

ஐஞ்சிறுங்காப்பியங்களில் ஒன்றான நீலகேசிக்கு, ‘சமய திவாகர முனிவர்’ என்பவர் எழுதிய உரை தமிழிலக்கிய வரலாற்றில் குறிப்பிடத்தகுந்த ஒன்றாகும். வேதங்களை மறுத்தும் தமிழில் முதல் முதலாகப் பகவத்கீதையின் கருத்து களை வன்மையாக விமர்சனம் செய்தும் இந்தியாவின் கான்ட் என்று சொல்லப்படுகின்ற தர்மகீர்த்தி எழுதிய ‘நியாயபிந்து’ போன்ற நூல்களிலிருந்து மேற்கோள்கள் காட்டியும் சுருக்கமாகச் சொன்னால், இந்திய இலக்கியங் களில் புகழ்பெற்ற மதத் தத்துவ நூல்களைப் பற்றியெல்லாம் முதலில் பேசுகின்ற உரை இது ஒன்றுதான் எனலாம். தமிழ் இலக்கிய வரலாற்றில் வைதிகத்திற்கு மாறான கருத்து களை விரிவாகப் பேசும் சைன உரையாசிரியரைப் பற்றி மு.அ. அவர்கள் தன்னுடைய நூலில் ஒரே பக்கம் மட்டும் எழுதியிருப்பதைக் குறிப்பிட்டுச் சொல்ல வேண்டும். பெரிய புராணத்திற்குச் சுமார் 150 பக்கங்களும் குமர குருபரருக்கு ஒரு தனி நூலும் (17ஆம் நூற்) என்று சைவம் சார்ந்த நூல் களுக்குப் பேரளவு விளக்கம் எழுதும் மு. அருணாசலம் தன் மதம் சாராத தமிழ்நூல்களைச் சுட்டிக்காட்டி எழுதி னாலும் சுருக்கிவிடுவது என்பது இருபதாம் நூற்றாண்டைச் சேர்ந்த சூத்திர உயர்சாதித் தமிழாசிரியர்களிடம் இருந்த ஒரு குறுகிய பண்பு இவரிடமும் செயல்பட்டுள்ளது என நம்மை எண்ணத் தூண்டுகிறது.

கல்வியறிவு பெறாத மக்களிடமும் வைதிகக் கருத்துகளை மீண்டும் நிலைநிறுத்துவதற்குச் சனாதனம் சார்ந்த கல்வி யாளர்களால் இத்தகைய செயல்கள் பரப்பப்பட்ட அதே நேரத்தில் இக்கருத்தோட்டங்களுக்கு மாறான கொள்கையை

யுடைய இஸ்லாம் மதம் சார்ந்த இலக்கியங்கள் தோன்ற ஆரம்பித்தன. இந்த நூற்றாண்டைச் சேர்ந்ததாக மு.அ. அவர்கள் குறிப்பிடும் 'பல்சந்த மாலை' என்ற நூல் இஸ்லாமியத் தமிழிலக்கியத்தின் முதல் நூலாக அறியப்படுகின்றது. 'களவியற் காரிகை' என்ற நூலில் மேற்கோளாக எடுத்தாளப் பட்ட எட்டுப் பாடல்கள் இந்நூலைச் சார்ந்ததாகக் குறிப் பிடப்படுகின்றது. அதே நேரத்தில் நிறுவனமயமாகிப் போன கோவில்களையும் அதன் ஆதிக்கத்தை வலியுறுத்திப் பாடப்பெற்ற தமிழ்நூல்களையும் மறுத்து நாம் இப்பொழுது சித்தர்கள் என்று குறிப்பிடுகின்ற சிவவாக்கியர், பட்டினத்தார், பத்திரிகிரியார் போன்றவர்களின் எதிர்ப்புக்குரல் நிரம்பிய பாடல்களும் இக்காலத்தைச் சேர்ந்தவை என்று மு.அ. கூறுவதிலிருந்து வைதிகத்தைத் துணைகொண்டு எளிய தமிழ் மக்களை ஒடுக்கி வந்த பார்ப்பன, சூத்திர உயர்சாதிக் குழுக்களின் மறுஉருவ நடவடிக்கையும் பதினான்காம் நூற்றாண்டுத் தமிழ் இலக்கிய வரலாறாகக் காட்சியளிக் கின்றது எனலாம்.

முந்தைய நூற்றாண்டுகளின் தொடர்ச்சியாகக் கருதப் படத்தக்க பதினைந்தாம் நூற்றாண்டு இலக்கிய வரலாறு என்பது அதற்கேயுரிய சில சிறப்புத் தன்மைகளையும் கொண் டுள்ளது. அருணகிரிநாதர், மதுரை சிவப்பிரகாசர், தொல் காப்பிய உரையாசிரியர் தெய்வச்சிலையார் போன்றவர்கள் இந்த நூற்றாண்டில் வைதிகத்தின் தொடர்ச்சியான பணி களைச் செய்துவந்த அதேவேளையில், அதனைச் சார்ந்தும் எதிர்த்தும் வேறுபல நூல்களும் தோன்றியுள்ளன. இந்திய வரலாற்றில் குறிப்பிடத்தக்க அரசராக விளங்கிய ஹர்ஷ சக்கரவர்த்தியின் அரசவையில் இருந்த 'பட்டபாணர்' சமஸ் கிருத மொழியில் உரைநடையில் இயற்றிய, வடமொழியில் புகழ்பெற்ற 'காதம்பரி' என்ற காவியம் 1218 பாடல்களாக 'ஆதிவிராககவி' என்பவரால் தமிழில் மொழிபெயர்க்கப் பட்டது. ஜைன சமயம் சார்ந்த உதயண குமாரகாவியம், ஸ்ரீபுராணம், ஆதிநாதர் பிள்ளைத்தமிழ் போன்ற நூல்கள் இக்காலத்தில் தோன்றின. 'காளிமுத்து' என்ற பெண்பாற் புலவரால் 'வருண குலாதித்தன் மடல்' எழுதப்பட்டது. பல சைவ, வைணவ மதம் சார்ந்த நூல்களும் இக்காலத்தே தோன்றின.

சாதியத்தையும் தீண்டாமையையும் வன்மையாக விமர்சித்து எழுதப்பட்ட 'கபிலரகவல்' போன்ற நூல்களுடன் சாதியத்தினால், தீண்டாமையினால் கொடுமையாகப் பாதிக்கப்பட்ட 'உத்திரநல்லூர் நங்கை' என்ற பெண்பாற் புலவர் 'பாய்ச்சலூர்ப் பதிகம்' என்ற வருண சாதியத்தை

எதிர்த்த பதிகத்தைப் பாடினார். தமிழில் வெளிவந்த முதல் தலித் இலக்கியம் இந்தப் பாய்ச்சலூர்ப் பதிகம்தான். அகப்பேய்ச்சித்தர், இடைக்காட்டுச் சித்தர், பாம்பாட்டிச் சித்தர், குதம்பைச் சித்தர் போன்ற பலரும் பார்ப்பன, சூத்திரச் சாதிகளின் கொடுங்கோன்மையான சாதியத்தை எதிர்த்துப் பெரும்குரல் எழுப்பியதும் இந்த நூற்றாண்டில்தான்.

மதத்தின் பெயராலும், சாதியின் பெயராலும் தமிழ் நாட்டின் வளத்தையெல்லாம் சுருட்டி ஏப்பம் விட்டுக் கொண்டும் எளிய மக்களைச் சாதியில் குறைந்தவர்கள் என்றும் தீண்டப்படாதவர்கள் என்றும் ஒதுக்கி வைத்துப் பல நூற்றாண்டுகள் எதிர்ப்பில்லாமல் செய்துவந்த கொடுமைகளுக்குப் பதினான்காம் நூற்றாண்டிலிருந்து (அதாவது இஸ்லாமியர் வருகைக்குப் பின்னர்) கொஞ்சம் கொஞ்சமாக எதிர்ப்புக் கிளம்பி அது தமிழிலக்கியங்களிலும் பதிவுபெறத் தொடங்கியது. இந்தத் தமிழ்க் கொடுங்கோலர்களிடமிருந்து விடுதலை பெறுவதற்குத் தமிழ்நாட்டுப் பாமர மக்களில் சிலர் இஸ்லாத்தையும், பின்வந்த காலங்களில் கிறிஸ்தவ மதத்தையும் தழுவ தொடங்கினர். இந்த நிலையைத் தடுத்து நிறுத்தாவிட்டால் தாங்கள் ஆதிக்கம் செலுத்துவதற்கு மக்களே இல்லாமல் போய்விடுவார்கள் என்ற அச்சுறுத்தும் சூழல், பார்ப்பன, உயர்சாதிச் சூத்திரக் கூட்டத்திற்கு ஏற்பட்டது. இந்த நெருக்கடி நிலையைப் பயன்படுத்திக்கொண்ட உயர் சாதிச் சூத்திரர்கள் விஜயநகர, நாயக்க அரசர்களுடன் கூட்டு ஏற்படுத்திக் கொண்டு சைவ சித்தாந்தத்தைக் காட்டி தாங்கள் ஏற்படுத்திக்கொண்ட ஆன்மிகத் தலைமையைச் சைவமடங்களினூடாக நிலை நிறுத்திக்கொண்டனர். அத்துடன் அந்த மடங்கள் தன் பகுதியிலிருந்த கோவில்களையும் கோவில் நிலங்களையும் நிர்வகிக்கும் அதிகாரத்தையும் பெற்றுக் கொண்டன. இந்தக் காலகட்டத்திலிருந்து தமிழ்நாட்டின் வளமான நிலங்களின் பெரும்பகுதி தருமபுரம், திருவாவடுதுறை போன்ற சூத்திரர், உயர்சாதியாரின் ஆன்மிகத் தலைமை நிலையங்கள் மடங்களின் ஆதிக்கத்தின் கீழ்வந்தன. கோவில்களும் மடங்களும் குறைவாக இருந்த பகுதிகளும், வறட்சியான நிலப்பகுதிகளும் பாளையப்பட்டுகள் என்றழைக்கப்படுகின்ற 'ஜமீன்தாரிமுறை' என்ற நிர்வாக அமைப்பின்கீழ் கொண்டு வரப்பட்டன. இந்த ஜமீன்தாரி முறை என்பது, அரியநாத முதலியார் என்ற சூத்திர உயர்சாதித் தமிழரால் உருவாக்கப்பட்டது என்பது குறிப்பிடத்தக்கது. தமிழ்நாட்டில் அதுகாலம்வரை பெரும்தொகையினர்களாக உள்ள சாதிக்காரர்களாக இருந்தாலும், அன்றைய அரசின் படையில் பெரும்தொகையினராகப் பணியாற்றி வந்த சாதிக்காரர்

களாக இருந்தாலும் அரசியல் அதிகாரம் பெறமுடியாத இடைநிலைச் சாதிகளைச் சேர்ந்தவர்களில் சிலரைத் தேர்வு செய்து நில அதிகாரமும் அரசியல் அதிகாரமும் பெற்ற தலைவர்களாக்கியதுதான் பாளையப்பட்டு முறை என்று சொல்லப்படும் ஜமீன்தாரி முறை. இதனூடாகப் பொருளாதார நஷ்டம் ஏதும் ஏற்படாமல் உள்நாட்டுப் பகுதி நிர்வாகத்தை அன்றைய அரசுகள் மேற்கொள்ள முடிந்தது.

உள்நாட்டு சிவில் நிர்வாகமான சட்டம் ஒழுங்கை நிர்வகிக்கும் தலைமையென்பது இடைநிலைச்சாதித் தலைவர்களுக்கும் வழங்கப்பட்டது. இதன் விளைவாகக் கோவில் நிர்வாக அதிகாரத்தை எதிர்த்து அவ்வப்போது நிகழ்ந்து வந்த வலங்கை, இடங்கைப் போராட்டங்களில் அதிகாரத்தை எதிர்த்த இடங்கைச் சாதியினருடன் இணைந்திருந்த நடுத்தரச் சாதித் தமிழ்மக்களில் ஒரு பகுதியினர் தங்கள் சாதியினரான ஜமீன்தார்களைச் சார்ந்து அரசின் விசுவாசிகள் ஆயினர் என்பது குறிப்பிடத்தக்கது. இத்தகைய சமூக நிலைமைகளை உள்ளடக்கியும், பிரதிபலித்தும் படைக்கப்பட்ட தமிழிலக்கியங்கள் இந்நூற்றாண்டில் பெருகியிருந்தன.

இமயம், கங்கை, பாடலிபுத்திரம் என்று இந்தியாவையே உள்ளடக்கியும், வடவேங்கடம் தென்குமரி என்று தமிழகம் முழுமையும் அகப்படுத்தியும், யவனர், சோனகர், மௌரியர் என்று உலகின் பலபாகத்து மக்களையும் தன்னுள் அடக்கிப் பேசிய தமிழ்க்கவிதையென்பது, உள்ளூர் அளவில் சுருங்கி ஸ்தலபுராணங்கள் பாடத் தொடங்கியது பதினாறாம் நூற்றாண்டு தமிழன் என்ற பொதுமை மறைந்து மதத்தையும் சாதியையும் தங்கள் அடையாளங்களாக விரிக்கத் தொடங்கியதும் இந்தக் காலம்தான். உள்முகமான, சுருங்கிப்போன தமிழ்ச் சமூகத்தின் பொதுக் கருத்தியலை ஏராளமான ஸ்தலபுராணங்கள் வெளிப்படுத்தின. சைவத்தினூடாக ஆதிக்கம் செலுத்துவதற்கு வாய்ப்புப் பெற்ற சூத்திரத்தமிழ்ச் சாதியினர், தாங்களும் இந்துத்துவப் பார்ப்பனியத்தின் விசுவாசிகளே என்பதை நிரூபிப்பதற்கான செயல்பாடுகளை மேற்கொண்டனர். சங்கரரின் 'சௌந்தரிய லகரி'யைத் தமிழில் மொழிபெயர்த்து உரையும் எழுதுகின்றனர். பெரும்பாலான வடமொழிப் புராணங்கள் தமிழாக்கம் செய்யப்பட்டன. அத்வைத வேதாந்தம் தமிழ்ச் சூத்திரர்களால் பின்பற்றப்பட்டுப் போற்றப்பட்டதால், பார்ப்பனர்களால் 'சூத்திர வேதாந்தம்' என்று அழைக்கப்பெற்ற காலமும் இதுதான். கமலை ஞானப்பிரகாசர் என்ற சூத்திரச்சாதி சைவசித்தாந்தி 'சாதி நூல்' என்ற நூலைத் தமிழில் படைத்து மனுநீதிக்குப் பெருமை சேர்க்கிறார்.

இத்தகைய தகுதிவாய்ந்த பதினாறாம் நூற்றாண்டின் இலக்கியவளத்தைக் கிட்டத்தட்ட முழுமையாகத் தொகுத்துக் கொடுத்தவர் மு.அ. மட்டுமே என்பது குறிப்பிடத்தக்கது. சுமார் 1200 பக்கங்களில் மூன்று பாகங்களாக விரிவடையும் இந்நூற்றாண்டின் இலக்கிய வரலாற்றைச் சைவபுராணங்கள், வைணவ புராணங்கள் மற்றும் ஸ்ரீபுராணம் என்ற ஜைன புராணம் எனப் பாகுபடுத்தியும் சைவ சித்தாந்த உரைகள், திவ்வியபிரபந்தத்திற்கான வியாக்கியானங்கள், 'புரூரவ சரிதை' போன்ற வடமொழி நூல்களின் மொழிபெயர்ப்புகள், நிகண்டு நூல்கள், மாறன் அகப்பொருள், மாறனலங்காரம் எனப் பல்வேறு நூல்களைப் பற்றி விளக்கி எழுதுகிறார். பதினாறாம் நூற்றாண்டைப் பற்றித் தெரிந்துகொள்வதற்கு / புரிந்துகொள் வதற்கு இவருடைய நூல்களைத் தவிர வேறெந்த எழுத்துகளும் தமிழில் இல்லை என்பதைக் குறிப்பிட்டே ஆகவேண்டும்.

17ஆம் நூற்றாண்டு இலக்கிய வரலாற்றின் முதல் பகுதி யாகக் குமரகுருபரருடைய நூல்கள் ஆராயப் பெற்றுள்ளன. திருப்பனந்தாள் சைவ மடத்தைச் சேர்ந்த குமரகுருபரர் காசியில் இம்மடத்தின் கிளையை நிறுவுவதற்கு உதவி செய்தவர் 'தாராசுகோ' என்ற டில்லியைச் சேர்ந்த முஸ்லீம் மன்னன் என்பதும் இவன் ஔரங்கசீப்பின் அண்ணன் என்பதும் பதவிப் போட்டியில் ஔரங்கசீப்பால் படுகொலை செய்யப்பட்டவன் என்பதுமான செய்திகள் குறிப்பிடத் தக்கவை.

1969இல் தொடங்கி 1977 வரையிலான காலங்களில் மு.அ. அவர்களால் வெளியிடப்பட்ட இந்த நூல்கள் இப் பொழுது கிடைப்பதில்லை. 'தமிழ் இலக்கிய வரலாற்றுக் களஞ்சியம்' போன்ற இந்த நூல்கள், தமிழ் மொழியின் முழுமையான வளத்தையும் விரிவையும் முறையாகத் தொகுத் தளிக்கும் சிறப்புப் பெற்றவை. இத்தகைய நூல்களைத் தேடிப்பிடித்து வெளியிட்டதோடு அல்லாமல், ஆசிரியர் ஒவ்வொரு நூலிலும் பிற்சேர்க்கையாக எழுதியுள்ள ஏராள மான குறிப்புகளை அந்தந்தத் தலைப்புக்கேற்ற இடங்களில் பொருத்தி அமைத்தும் 9ஆம் நூற்றாண்டு முதல் 16ஆம் நூற்றாண்டு வரையிலான தமிழ் இலக்கிய வரலாற்றுத் தொகுதிகளில் இடம்பெற்ற மேற்கோள் சிறப்புப்பெயர் – பொருள் – அகராதிகள், ஆராய்ந்த நூல்கள் மற்றும் அட்ட வணைகளின் தொகுப்பு என்பவற்றைத் தனியான ஒரு தொகுதியாக வெளியிட்டும், பிழையில்லாமல் நவீன ஆங்கில நூல்களைப் போன்ற வடிவமைப்புடன் வெளியிட்டுமுள்ள 'தி பார்க்கர் பதிப்பகம்' தமிழார்வலர்களாலும் தமிழறிஞர்

களாலும் பாராட்டப் பெறும் தகுதியுடையது என்பதில் யாரும் கருத்து மாறுபாடுகொள்ள முடியாது.

குறிப்புகள்

1) நாற்பதுகளில் மு. அருணாசலம் எழுதிய 'தமிழில் வசனநடை' என்ற நூல் வெளியானது. அந்த நூல் கருத்துகளின் மீது முரண்பாடு கொண்ட புதுமைப் பித்தன், 'மு. அருணாசலமே! முட்டாளே!' என்று தொடங்கும் ஒரு வசவுப்பாடலை எழுதி வெளியிட்டார்.

2) வடஇந்தியாவின் மீதான இஸ்லாமியர்களின் படை யெடுப்பு என்பது தமிழ்நாட்டில் இராஜராஜன் ஆண்ட காலத்திற்கு முன்னரே நிகழ்கிறது. தொடர்ந்து டில்லியில் – இஸ்லாமியர் வசப்பட்டு வட இந்தியாவின் பெரும் பகுதி இஸ்லாமியர் ஆட்சிக்கு உள்ளாகின்றது. ஆனால் தமிழ்நாட்டைப் பொருத்தவரை தமிழ்மன்னர்கள்தான் இஸ்லாமியர்களை அழைத்து வருகிறார்கள். அங்ஙனம் தமிழ்நாட்டிற்குள் அழைத்து வரப்பட்ட இஸ்லாமியர்கள், தமிழ்நாட்டுக் கோவில்களில் செல்வம் குவிந்து கிடப் பதைக் கண்டு மீண்டும் மீண்டும் வந்து கொள்ளையடிக் கின்றனர். தஞ்சையில் மராட்டியர் ஆட்சி ஏற்பட்டது கூட இதுபோன்றதுதான் என்பதைத் தஞ்சை மராட் டியர்கள் வரலாறு குறிப்பிடுவது கவனிக்கத்தக்கது. இந்த நிகழ்வுகளை அந்நியர் படையெடுப்புகள் என்று எழுதுகின்றவர்களுக்கு ஒன்று தமிழ்நாட்டின் வரலாறு தெரியாமலிருக்க வேண்டும், அல்லது இன்றைய காலத்துத் தமிழ்மக்களுக்குள் மோதலை உருவாக்கி ஆதாயம் தேடும் பேர்வழிகளாக இருக்க வேண்டும்.

3) விஜய நகரத்தைச் சேர்ந்த குமாரகம்பண்ணன் போன்ற அரசர்கள் தமிழ்நாட்டுள் நுழைந்த உடனேயாகச் செய்த வேலை என்பது, இஸ்லாமியர் வருகையால் 60 ஆண்டுகளாக மூடப்பட்டிருந்த இந்துக் கோவில் களைக் கும்பாபிஷேகம் செய்தது மட்டுமன்றி ஏராள மான பொன் கொடுத்து அந்தக் கோவில்களின் நிர்வாகத்தைப் பழைய முறைப்படி சீரமைத்து, தமிழ் நாட்டுப் பார்ப்பன, உயர்சாதிச் சூத்திரர்களைப் பழைய முறைப்படியான கோவில் அதிகாரத்தில் நியமித்ததுதான். சுருக்கமாகக் கூறினால் தமிழ்நாட்டில் நிலைகுலைந்து போயிருந்த வருணாசிரம இந்துத்துவ தர்மத்தை மீண்டும் நிலைநிறுத்துவதற்குத் தமிழ்நாட்டுப்

பர்ப்பனர்களும் உயர்சாதித் தமிழ்ச் சூத்திரர்களும் இந்துத்துவ, விஜயநகர மன்னர்களுக்குத் தமிழகத்தைத் தாரைவார்த்து இழந்த அதிகாரத்தை மீட்டெடுத்ததுதான்.

4) பொதுவாகத் தமிழ் இலக்கிய வரலாற்றை எழுதுபவர்கள் இலக்கிய நூல்களை மட்டுமே முதன்மைப் படுத்தினர். சிலர் இலக்கண நூல்களையும் சேர்த்துக் கொள்வார்கள். ஆனால் மு.அ. அவர்கள் கணித நூல்கள், கனா நூல், சைவ, வைணவம் சார்ந்த மதத் தத்துவ நூல்கள், கல்வெட்டில் குறிப்பிடப்பெறும் புலவர்கள் என்று தமிழின் பலதளங்கள் சார்ந்த நூல்களையும் உள்ளடக்கித் தமிழ் இலக்கிய வரலாற்றை முழுமையாக்கும் முயற்சியில் ஈடுபட்டார்.

5) சங்க காலத்திலிருந்தே தமிழ்க்கல்வி என்பது சமண, பௌத்த மதத்தினரைச் சார்ந்துதான் இருந்துள்ளது என்பதைத் தமிழ்நாட்டில் கிடைக்கும் 'பிராமி' கல் வெட்டுகளும் மணிமேகலை, திருக்குறள், நாலடியார், பழமொழிநானூறு போன்ற நூல்களிலுள்ள செய்திகளும் தெரிவிக்கின்றன. தொல்காப்பியம் தொடங்கி யாப்பருங்கலம், யாப்பருங்கலக்காரிகை, வீரசோழியம், நன்னூல், நேமிநாதம் போன்ற இலக்கண நூல்களும் தமிழ்க்காப்பியங்கள் பலவும் தமிழ்க் கல்விக்கு அடிப் படையான நிகண்டு நூல்களும் ஜைனர்களால்தான் எழுதப்பட்டன. எனவே, தமிழ்நாட்டில் தமிழ்க்கல்வி என்பது சமண, பௌத்தர்களால்தான் தழைத்து வளர்ந்து வந்தது என்று கூறலாம். வருணாசிரம, சாதிய தர்மத்தைப் போற்றி வந்த உயர்சாதிச் சூத்திரத் தமிழர்கள், வட மொழியான சமஸ்கிருதத்தைத்தான் ஆதரித்தனர் என்பதற்கு 50க்கும் மேற்பட்ட தமிழ்க்கல்வெட்டுகளில் காணும் குறிப்புகளே சான்றாகும். வருணாசிரம அமைப்பிற்கு எதிர்ப்பு ஏற்பட்டுத் தமிழ்மக்கள் மீதான இவர்களின் ஆளுகை கேள்விக்குள்ளாகிச் சிதை வடையத் தொடங்கிய காலத்தில் அந்த அதிகாரத்தை மீட்டுருவாக்கம் செய்யும் பணிகளில் ஒன்றாகத்தான் தமிழ்மொழியிலான கல்விக்கு ஓர் இடத்தை ஒதுக்க ஆரம்பித்தனர். ஆனால் வைணவ சமயம் சார்ந்தவர்கள் இந்தப் பணியை இவர்களுக்குப் பல காலத்துக்கு முன்பே தொடங்கிவிட்டனர் என்பது குறிப்பிடத்தக்கது.

○

வைதிகமும் திருமந்திரமும்

“புராணங்களுட் பாகவதம், பத்தாம் நூற்றாண்டின் ஆரம்பத்தில் தென்னிந்தியாவிலுள்ள ஓரிடத்தில் இயற்றப் பட்டது. இந்து மதத்திற்கும், வேதங்களை ஒப்புக்கொள் ளாத மதங்களான பௌத்த, சமண மதங்களுக்கு மிடையே நான்காம் அல்லது ஐந்தாம் நூற்றாண்டில் முரண்பாடுகள் ஏற்பட்டபொழுது தோன்றி வளர்ச்சி யடைந்த புதிய பத்தி மார்க்கத்தின் அடிப்படைக் கொள்கைகளையும் போக்கையும் சுருக்கிக் கூறியது. பாகவதம் கிருட்டிணருக்குச் செலுத்தப்படும் கடலலை போன்று ஆர்த்தெழும் உணர்ச்சி மயமான பத்தியையும், சங்கரருடைய அத்துவைத தத்துவத்தையும் ஒன்றாக இணைத்துத் தன்னுள் அடக்கியுள்ளது. இப்படியான இணைப்பு அக்காலத்தில், தமிழ்நாட்டில் மட்டுமே சாத்தியமானதாக இருந்தது.”

தென் இந்திய வரலாறு, கே.ஏ. நீலகண்ட சாஸ்திரி
ப. 394, இலங்கை அரசு வெளியீடு - 1966

பகுதி – 1

‘தமிழ்’ என்ற போர்வையில் நுழைந்துகொண்டு தமிழினத்தின் மொத்த வளத்தையும் கவர்ந்துகொண்ட நிகழ்வுகள் ஏராளம். அரசியல், இலக்கியம், சமயம் என்று பல தளங்களில் செயல்பட்டுத் தமிழர்களின் வளத்தைப் பெருக்குகிறோம் என்று சொல்லித் தங்கள் வளத்தைப் பெருக்கிக்கொண்டவர்கள் ஏராளம். இத்தகையவர்களின் செயல்பாட்டுக் களமாக இருபதாம் நூற்றாண்டு முழுமையும் தமிழகம் இருந்தது. இத்தகைய வர்களின் செயல்பாடுகள் இருபத்தியோராம் நூற்

றாண்டாகிய அதி நவீன காலத்திலும் தொடரலாம் என்பதற்குச் சாட்சியாகக் குமரிக்கண்டம் பற்றிய நம்பிக்கைகள், செம்மொழி பற்றிய அறிவிப்புகள் போன்றவற்றுடன் ‘திருமூலர்: காலத்தின் குரல்’ என்ற நூலும் வெளிவந்து விற்பனையாகிக்கொண்டிருக்கிறது. எத்தகைய தர்க்க நியாயங்களுக்கும் உட்படாமல் எதனையும் என்றும் தமிழர்கள் தலையில் சுமத்த முடியும் என்ற நம்பிக்கையுடன் அந்நூலாசிரியர் சொல்கிறார்:

> “பௌத்தம் தமிழகத்துக்கு வந்தது; செல்வாக்கோடு நின்றது. பௌத்தத்தின் பின்னோடு சமணமும் வந்தது. தமிழனுடைய வழிபாட்டு நெறிகளுக்குப் புறப் போட்டிகள் வந்துவிட்டன. தமிழன் தன்னுடைய வழிபாட்டு நெறிகளையும் மெய்யியல் கொள்கைகளையும் வரையறுத்துக் கட்டமைக்க வேண்டிய கட்டாயத்துக்குக் காலம் அவனை உந்தித் தள்ளியது.
>
> “காலத்தின் குரலாக, சைவத்தின் படியாளாகத் (பிரதிநிதி) திருமூலன் என்ற தமிழன் கிளம்பினான். தொல்காப்பியம் தொடங்கித் திருக்குறள் உள்ளிட்டுப் பல்வேறு நூல்களிலும் சிதறிக் கிடந்த தமிழ் மெய்யியல் கூறுகளைத் திரட்டினான்; சைவ சித்தாந்தம் என்ற மெய்யியற் கொள்கைக்குக் கால்கோள் செய்து கட்டமைத்தான்.”

இந்தக் கூற்றுகளில் உள்ள பொய்மையை விளங்கிக் கொள்வதற்கு நாம் சலிப்பூட்டுகின்ற பழைய வரலாறுகளை நினைவுபடுத்திக் கொள்கின்ற கட்டாயத்திற்குத் தள்ளப்படுகின்றோம். சங்க காலம் என்று சொல்லப்படுகின்ற வரலாற்றுப் பகுதிதான் தமிழ் பேசும் மக்களைப் பற்றிய பழமையான எழுத்துப் பதிவுக் காலம் ஆகும். பல்வேறு இனக் குழுக்களாகவும், பழங்குடிகளாகவும் தமிழ் பேசும் மக்கள் வாழ்ந்து வந்ததைக் காட்டும் அந்தப் பதிவுகள், அவர்களிடையே அரசு உருவாக்கம் ஏற்படுவதையும், அதனூடாகத் தமிழ் ஆளும்வர்க்கம் ஒன்று உருவாகி வருவதையும் தெளிவாகக் காட்டுகின்றன. தமிழ் நிலத்தின் பல பகுதிகளில் வாழ்ந்து வந்த வேறுபட்ட பழக்க வழக்கங்களும் சடங்கு வழிபாட்டு முறைகளும் தமிழ் என்ற மொழியின் ஊடாக மட்டும்தான் தமிழர்களை ஒரே குழுவாக அறிய வைத்தது. இந்தக் குழுக்களிலிருந்து உருவாகி வந்த ஆளும் வர்க்கம் வேள்விகளின் ஊடாகப் பார்ப்பனியத்துடன் தன்னை இணைத்துக்கொண்டு மக்களிடம் இருந்து விலகி நிற்கும் காட்சிகளையும் காண முடிகிறது. ‘இராஜ சூயம் வேட்ட’, ‘பல்யாக சாலை’, ‘பார்ப்பனர்க்கல்லது பணிவு அறிதியே’, ‘ஆவும் ஆனியப்

பார்ப்பன மாக்களும்' என்ற சங்க காலத் தொடர்கள் இதனைத் தெளிவாக விளக்குகின்றன.

வேள்விச் சடங்குகளுடன் வந்த வைதிகப் பார்ப்பனியமும், அகிம்சையையும் உண்மையையும் தெளிவையும் கொல்லாமை யையும் வலியுறுத்திய சமண – பௌத்தமும், இன்னொரு வகையில் சொன்னால், வைதிக மதமும் அவைதிக மதமும் ஆகிய எல்லா மதங்களும் வடக்கிலிருந்து தமிழ்நாட்டுக்கு வந்தவைதாம். பழங்குடித் தன்மையிலிருந்து சில பகுதிகளை எடுத்துப் பின்வந்த காலங்களில் நிலவுடைமைச் சூத்திரச் சாதிகள் பார்ப்பனியத்துடன் தங்களை இணைத்துக்கொண்டு உருவாக்கிய சைவ சித்தாந்தத்தைத் தமிழர் சமயம் என்பது 'மக்களே போலும் கயவர்' என்பதற்கு ஒப்பாகும். இதே காலத்தில் வைதிகத்திற்கு எதிரான மதங்களான சமணமும் பௌத்தமும் தமிழ்மக்கள் மத்தியில் பரவியிருந்ததற்கான சான்றுகளாகத் தமிழ்நாட்டில் பல இடங்களில் கிடைக்கின்ற 89 பிராமி கல்வெட்டுகள் மற்றும் 21 வட்டெழுத்துக் கல்வெட்டுகளைக் கொண்டு திரு. ஐராவதம் மகாதேவன் விளக்குகின்றார்.

இதனையடுத்து வந்த காலங்களில் 'வேந்தர்கள்' ஆகிவிட்ட முடியுடை மன்னர்கள் செல்வாக்கும் வைதிகப் பார்ப்பனியத்தின் விரிவாக்கமும் தடுக்கப்பட்டு ஜைன – பௌத்த மதங்களின் செல்வாக்கு வளர்ச்சியுறுவதைக் காண்கின்றோம். சிலப்பதிகாரம், மணிமேகலை, திருக்குறள், நாலடியார், பழமொழி நானூறு போன்ற தமிழ் நூல்களும் தரும கீர்த்தி, புத்ததத்தர் போன்ற தமிழ் பௌத்த அறிஞர் களின் செல்வாக்கும், காஞ்சிபுரம், திருப்பாப்புலியூர் போன்ற நகரங்களைப் பற்றிய சீன அறிஞர்களின் குறிப்புகளும், 'களப்பிரர்' பற்றிய தகவல்களும் இதனை உறுதிப்படுத்து கின்றன. சங்க காலம் என்று சொல்லப்படுகின்ற கி.பி. 1, 2ஆம் நூற்றாண்டுகளை அடுத்து கி.பி. 7ஆம் நூற்றாண்டு வரை சுமார் 500, 600 ஆண்டுகால வரலாற்றைப் புறந்தள்ளி விட்டுத் தமிழனுடைய வழிபாட்டு நெறிகளுக்குப் புறப் போட்டிகள் வந்துவிட்டன என்று கூசாமல் கூறி, அதனைத் தடுக்கத் திருமூலன் என்ற தமிழன் கிளம்பினான் என்பது எவ்வகையான தர்க்கத்தின்பாற்படும்? திருமூலர் கைலாயத்தி லிருந்து வந்த 'நான்மறை யோகி'களுள் ஒருவர் என்ற சேக்கிழார் கூற்றையும் பொருட்படுத்தாது, "ஆகமம் செப்பலுற் றேனே", "மதிஞர் வளமுள்ள வேதத்தை யோதியே வீடுபெற் றார்களே" என்ற திருமூலர் கூற்றையும் மறுதலித்து, தென் னிந்தியாவில் வைதிகத்தைத் தமிழில் பரப்பிய அகத்தியனைப்

பார்க்க வந்த வடவர் என்ற வெளிப்படையான செய்தியையும் கருதாமல் திருமூலர் தமிழர் என்பது எவ்வகையில் நியாயம் ஆகமுடியும்?

தியாலஜி என்ற இறையியலையும், பிலாசபி என்ற தத்துவத்தையும் ஒன்றாகப் போட்டுக் குழப்பும் ஒரு நிலை தமிழகத்தில் தொடர்ந்து நிகழ்ந்து வருகிறது. மலைக்கும் மடுவுக்கும், இருளுக்கும் பகலுக்கும், மாயைக்கும் எதார்த்தத் துக்கும் உள்ள முரண்களுக்குச் சற்றும் குறையாதது இறை யியலுக்கும் தத்துவத்திற்கும் உள்ள வேறுபாடு. காணாத கடவுளைக் கைப்பிடிப்பதாக உயிர்களுக்கு உறுதிகொடுத்துக் கதையளப்பது இறையியல், இதனுடைய வெளிப்பாடு புராணங்கள். காணுகின்ற உலகை மனிதன் கருத்தில் கொண்டு புரிந்துகொண்டதாகக் கருதுவதற்கு மேலாகவும் பல பகுதிகள் உள்ளன; அவை ஆராய ஆராயத்தான் புலப்படும் என்பதை அடிப்படையாகக்கொண்டது தத்துவம். இந்த ஆராய்ச்சி தொடங்கிய காலத்தைத்தான் ஐரோப்பியர்கள் 'மறுமலச்சிக் காலம்' என்று குறித்தனர். நம்பிக்கையையும், விசுவாசத்தையும் அடிப்படையாகக் கொண்டு அடிமை களைக் கட்டமைப்பது இறையியலின் பண்பு. இதற்கு அது ஆதாரமாகக் கொள்வது கடவுள், சொர்க்கம், நரகம் என்பன போன்ற கற்பனைகளே! ஆனால் தத்துவம் என்பது சந்தேகத்தை அடிப்படையாகக்கொண்டு, ஆராய்ச்சியின் மூலமாக இந்த உலகை விளங்கிக்கொண்டு தன்வயப்படுத்துவது. இதற்கு ஆதாரமாகக் கணிதத்தையும் வேதியியலையும் இயற்பியலையும் மற்றும் பல சமூகவியல்களையும் கைக்கொண்டது தத்துவம். அசலான தத்துவத்தின் முடிவு பகுத்தறிவில் புலப்படும். இன்றுவரை இந்திய / தமிழ்ச்சூழலில் இத்தகைய தத்துவம் முழுமையாகப் பயிலப்பட்டு பயன்படுத்தப்பட்டதாகச் சான்றுகள் இல்லை. ஆனால் தத்துவத்தின் இடத்தில் இறை யியலை வைத்துச் சித்து விளையாட்டுகள் நிகழ்த்தப்பட்ட துண்டு. அவை இன்றும் தொடர்கின்றன.

பகுதி – 2

பழங்குடிச் சமூகங்களிலிருந்து ஒரு வணிகச் சமுதாயம் உருவானதை கி.மு. 2ஆம் நூற்றாண்டு தொடங்கி கி.பி. 7ஆம் நூற்றாண்டு வரையிலான தமிழ்நாட்டுப் பதிவுகள் வெளிப்படுத்து கின்றன. புவியியல் அமைப்பில் செழுமையான துறைமுகங் களைக் கொண்டிருந்த தமிழகம் ஏடறியாக் காலத்திலேயே அயல்நாட்டு வணிகர்களின் கவனத்தைப் பெற்றது. இந்திய இலக்கியங்களில் எங்குமே காணப்படாத வணிகத்தால்

செழுமை பெற்ற நகரம் பற்றிய வருணனை என்பது, மதுரையைப் பற்றி மதுரைக்காஞ்சியிலும் காவிரிப்பூம்பட்டினத்தைப் பற்றிப் பட்டினப்பாலையிலும் குறிக்கப்பட்டுள்ளன என்று வரலாற்று அறிஞர் A.L. பசாம் குறிப்பிடுவார். இத்தகைய வணிக வர்க்கத்தின் தொடர்பு சமணத்துடனும் பௌத்தத்துடனும் இணைந்து வளர்ந்தது என்பதை ஐராவதம் மகாதேவன் தன்னுடைய பெரு நூலில் விளக்குகின்றார். பழங்குடிச் சமூகங்களின் ஊடாக நாட்டுப்புறங்கள் எங்கும் சமண பௌத்த மதங்கள் பரவியிருந்ததை இன்றைய அகழ்வாய்வுகள், புத்தர், மகாவீரர் சிலைகள் நாடெங்கும் காணப்படுவது ஆகியவை வெளிப்படுத்துகின்றன. அதே நேரத்தில் பெரு நகரங்களைச் சார்ந்தும், வணிகப் பெருவழிகளைச் சார்ந்தும், பிராமி கல்வெட்டுகள் காணப்படுவதைக்கொண்டும், வணிக வர்க்கத்தின் உறவு சமண புத்த மதங்களுக்கு இடையே நிலவியதை ஆய்வாளர்கள் விளக்குகின்றனர். தமிழ் எழுத்து வடிவத்தின் தோற்றம், தமிழ்நாட்டில் கல்வியின் செயல்பாடு போன்றவை இந்த அவைதிக மதங்களின் ஊடாகத்தான் காணக் கிடைக்கின்றன. குறிப்பாகக் கல்வியும் அதனால் பெற்ற அறிவும் அதனூடாக உலகைப் புரிந்துகொண்ட விதமும், பிரமிக்க வைக்கும் விதமாகத் திருக்குறள் போன்ற நூல்களில் அன்று பதிவாகி, இன்றும் தமிழர்களுக்கு மதிப்பு அளிக்க வல்லதாய் விளங்குகின்றன. ஆனால் வைதிகச் சமயங்களான வைணவமும் சைவமும் அடுத்துவந்த காலங ்களில், அதாவது கி.பி. 7ஆம் நூற்றாண்டுக்குப் பின்னர் தமிழ்நாட்டில் உருவாகி வளர்ந்தன. அந்த உருவாக்கத்திற்குக் காரணமானவர்கள் ஆழ்வார்கள், நாயன்மார்கள் எனப் பட்டனர். பார்ப்பன, சூத்திரக் கூட்டாளிகளால் உருப்பெற்ற இந்த நிகழ்வை 20ஆம் நூற்றாண்டில்தான் பக்தி இயக்கம் என்றனர்.

பக்தி இயக்கத்தின் பண்புகளில் குறிப்பிடத்தக்கதாக அனைத்துச் சாதியினரையும், குறிப்பாக ஒடுக்கப்பட்டுத் தீண்டாமைக் கொடுமைக்கு உள்ளானவர்களையும் அது பாசத்துடன் அரவணைத்ததாக எழுதியிருக்கின்றனர்; இப் போதும் எழுதிவருகின்றனர். ஆனால் தமிழ்நாட்டு வரலாற்றில் சாதிகள் என்பதும் தீண்டாமை என்பதும் 8ஆம் நூற் றாண்டுக்குப் பின்னர்தான் தமிழ் மக்களிடம் நிலைபெற்றன என்று ஆய்வாளர்கள் குறிப்பிடுகின்றனர். குறிப்பாகத், தீண்டாமை என்பது 8ஆம் நூற்றாண்டுக்கு முன்னர் தமிழகத்தில் வழக்கத்தில் வரவில்லை என்பதை வரலாற்று ஆசிரியர் கி.ர. அனுமந்தன் அவர்கள் தன்னுடைய முனைவர் பட்ட ஆய்வேட்டில் விளக்கியுள்ளார். இதுவரை கிடைத்துள்ள

கல்வெட்டுச் சான்றுகளும் பிற்காலச் சோழர் காலத்தில்தான் சாதிகள் பெருகி, தீண்டாமை இறுதி நிலைபெற்றன என்பதைப் புலப்படுத்துகின்றன. 'ஆவுரித்துத் தின்று உழலும் புலைய ரேனும்', 'திருநீலகண்ட யாழ்ப்பாணர்', 'ஆழ்வார்களில் ஓரிருவர்', 'திருநாளைப் போவார் என்ற நந்தனார்' போன்ற செய்திகளை வைத்துப் பக்தி இயக்கம் ஒடுக்கப்பட்ட மக்கள் எல்லோரையும் அரவணைத்ததாகக் குறிப்பிடுகின்றனர்.

7, 8ஆம் நூற்றாண்டுகளில் காணப்படும் பட்டயங்களில், இலக்கியங்களில் வர்ண முறைதான் குறிப்பிடப்படுகின்றது. பிராமணர், சத்திரியர், வைசியர், சூத்திரர் என்ற வடிவத்தில் குறிப்பிடப்படும் வர்ணமுறை தமிழகத்தில் அதேபோன்று இல்லை. மாறாகப் பார்ப்பனர், வேளாளர், சூத்திரர் என்றுதான் குறிப்புகள் கிடைக்கின்றன. சில இடங்களில் வேளாளர்கள் சூத்திரர்களாகத்தான் குறிப்பிடப்படுகின்றனர். இடைப்பட்ட சத்திரிய, வைசியப் பிரிவுகள் அக்காலத்தில் நடைமுறையில் இருந்ததாகச் சான்றுகள் கிடைக்கவில்லை. சோழர்கள் மற்றும் தமிழகத்தின் குறுநில மன்னர்கள் பார்ப்பனர்களைக் கொண்டு வேத வேள்விகள் செய்தும் இரணிய கர்ப்பதானம், துலாபாரதானம் போன்றவைகள் செய்தும் தங்களைச் சூத்திர அந்தஸ்தில் இருந்து மாற்றிக் கொள்ள முயற்சிகள் மேற்கொண்டாலும் அவர்களால் சத்திரியர்கள் ஆக முடியவில்லை என்பதை வரலாற்றுக் குறிப்புகள் காட்டுகின்றன. ஆனால் அவர்கள் தமிழ்மக்கள் சார்ந்த குலத்தவர்கள் என்பதிலிருந்து மாறிச் சந்திர குலத்தவர், சூரிய குலத்தவர் என்று பெயர் சூட்டிக்கொள்ளப் பார்ப்பனர்கள் உதவி புரிந்துள்ளார்கள் என்பது தெரிகிறது. சோழர்கள் ஆண்ட 400 ஆண்டுகாலத் தமிழகத்து வரலாற்றில் கடைசி 100 ஆண்டுகள்தான் சாதிகளைப் பற்றிய குறிப்புகள் பெருக ஆரம்பிக்கின்றன. இதைக் கருத்தில்கொண்டு பார்க்கும்போது பக்தி இயக்கம் அனைத்துச் சாதிகளையும் உள்ளடக்கியது என்பது வரலாற்றுக்கு முரணான, அன்றைய நடைமுறையில் இல்லாத கூற்று என்பது வெளிப்படையாகப் புலப்படும். உண்மையில் பார்ப்பனர்களும் நிலவுடமையாளர் களான சூத்திரர்களும், ஒரு சிறு அளவான வணிகர்களும் இணைந்து செயல்பட்டுத் தமிழ்நாட்டின் வளம் மிகுந்த நிலங்களையெல்லாம், கடவுளின் பெயரால் உருவாக்கப்பட்ட கோவிலுக்கு உரிமையாக்கி அந்தக் கோவில்களைத் தங்க ளுடைய கட்டுப்பாட்டில் கொண்டு வந்ததுதான் பக்தி இயக்கம். சமூகப் பொருளாதார நடைமுறைகளைப் பக்தியின் ஊடாக ஒன்றுதிரட்டி சிவில் நிர்வாகத்தைச் சமூகத்தின் ஒரு சிறிய குழுவினர் கையகப்படுத்திக்கொண்டதும், அந்த

அமைப்புமுறை அடுத்துவந்த சுமார் 1000 ஆண்டுகள் நிலைத்து நின்றதும்தான் அதிசயமான நிகழ்ச்சி. இத்தகைய நிகழ்வுகளை ஏதோ பார்ப்பன – சூத்திர ஆளும் குழுக்களின் சூழ்ச்சியாக மட்டும் கருதிவிட முடியாது.

இடதுசாரி இயக்கங்கள், மனித உரிமை இயக்கங்கள், பெண்ணுரிமை இயக்கங்கள் போன்று மனித விடுதலையை நோக்கமாகக் கொண்டு தனிமனித சுதந்திரத்தை வலியுறுத்தும் சுதந்திர இயக்கங்கள் தமிழர்களிடையே தளிர்விட முடியாமல் கருகிப் போவதும், ஆளப்படும் மக்கள் கூட்டங்கள், பக்தி இயக்கம், திராவிட (தமிழ்) இயக்கம், மேல் மருவத்தூர், சாதிய இயக்கங்கள், சினிமா கவர்ச்சியால் உருவாகும் தலைமைக்குக் கட்டுறுதல் போன்றவற்றில் இன்றும் பெரும் பங்கு வகிப்பதைக் கவனிக்கும் போது, அடிமைகள் ஆவதற்குத் தமிழர்கள் இன்றும் அன்றும் தயாராகவே இருக்கிறார்கள் என்பதைப் புரிந்துகொள்கிறோம்.

பகுதி – 3

தமிழ்ச் சித்தர்கள் கடவுள் நம்பிக்கை உடையவர்களாகத்தான் காட்சியளிக்கின்றனர். ஆனால் 'நட்ட கல்லும் பேசுமோ' போன்ற தொடர்கள் பலருக்கு அவர்களுடைய இறை நம்பிக்கையின் மீது ஓர் ஐயத்தை உண்டுபண்ணுகின்றது. இதில் பெரிய முரண் ஏதுமில்லை. அவர்களால் எதிர்த்து மறுதலிக்கப்பட்ட தெய்வங்களும் கோவில்களும் நிறுவனமய மாக்கப்பட்டு நிலவுடைமையின் அதிகார மையங்களுடன் ஐக்கியப்பட்டுப் போனவைதான். 'நாதன் உள்ளிருக்கையில்' போன்ற சித்தர்களின் தொடர்கள் ஒவ்வொரு தனி மனித னுள்ளும் கடவுள் கொலுவிருக்கும் போது ஆதிக்க மனிதர் களின் நிர்வாகத்தில் உள்ள கோவில்களில் அகப்படுவாரா? அங்கே சிலைகள் கற்களாகத்தான் இருக்கும்; கடவுளாக இருக்காது என்ற அர்த்தத்தில்தான்! ஆனால் திருமூலர், கோவில்களில் உள்ள கடவுளர்களைத் தெய்வமாகத்தான் காட்டுகிறார். அப்படிக் காட்டுவதற்கு வேத வேள்விப் பார்ப்பனியம் இடம் கொடாது இருந்தது. தமிழ்நாட்டில் உள்ள வளமான நிலங்களுக்கு உரிமையாளர்கள் ஆகிவிட்ட தமிழ்ப் பார்ப்பனர்களும் வடநாட்டுப் பார்ப்பனர்களும் மக்கள் தொகை அளவில் சிறுபான்மையோராகவே இருந்தனர். இதனால் சென்ற காலங்களில் (கி.பி. 4 – கி.பி. 7 நூற் றாண்டுகள்) இவர்களின் நிலவுரிமை தமிழ்ப் பழங்குடிகளால் பறிக்கப்படும் நிகழ்ச்சிகள் நடைபெற்றன. நீண்ட காலத்திற்குப் பின் தமிழ்ச் சூத்திர மன்னரான பாண்டியன் கடுங்கோன்

என்பவனால் தமிழ் மக்களிடமிருந்து பறித்தெடுத்து மீண்டும் பார்ப்பனர்களுக்கு வழங்கப்பட்டது. இதனை விளக்கும் செப்பேடுதான் 'வேள்விக்குடிச் சாசனம்' என்பது. இச்சாசனத்தில் தமிழ்ப் பழங்குடி மக்கள் 'களப்பிரர்கள்' என்று குறிக்கப் படுகின்றனர். இனிவரும் காலங்களில் இத்தகைய நிகழ்வுகள் நடைபெறாமல் இருக்க வேண்டுமென்பதற்காகத் தமிழ்ச் சூத்திர ஆளும் வர்க்கங்களுடன் பார்ப்பனர்கள் தங்கள் புனித மேலாண்மையைப் பகிர்ந்துகொள்ள வேண்டிய நிலை ஏற்பட்டது. இத்தகைய நிலைக்கான ஒரு தத்துவார்த்தப் பின்புலத்தை ஏற்படுத்திக் கொடுத்ததுதான் 'திருமந்திர'த்தின் வேலை. வேத வழிபாடாகிய தீ வழிபாட்டிலிருந்து விலகி உருவ வழிபாடாகிய கோவில் வழிபாட்டிற்கு விதிகளை வரையறுத்தவை ஆகமங்கள் எனப்படும். ஆகமங்களைத் தமிழில் வடித்த மனிதர் திருமூலர் என்ற வடஇந்தியப் பார்ப்பனர். இதனூடாக அடுத்து வந்த காலங்களில் உருப் பெற்ற 'சூத்திர வேதாந்தம்'தான் மெய்கண்டாரின் 'சிவஞான போதம்'. சித்தர்களின் கொள்கைகளுக்கு எதிர்மறையில் நின்று வித்தக வேலை செய்த திருமூலரைச் சித்தர் என்று கூறுவது எவ்வகையிலும் பொருத்தமற்றது.

சைவ நூல்கள் பன்னிரண்டு திருமுறைகளாகத் தொகுக்கப் பட்ட நிகழ்ச்சியும், வைணவப் பாடல்கள் திவ்யப் பிரபந்த மாகத் தொகுக்கப்பட்டதும் தமிழ் வரலாற்றில் நிகழ்ந்த ஓர் இலக்கியத் தொகுப்பு முயற்சிதான் என்று பலரால் கருதப்படுகிறது. அப்படித் தமிழ் மொழியின் வளத்தைப் பெருக்குவதற்கும் நிலை நிறுத்துவதற்குமான முயற்சியாக இது நடந்திருந்தால், ஜைன – பௌத்த நூல்களும் அவ்வாறே தொகுக்கப்பட்டிருக்க வேண்டும். ஆனால் பல அவைதிகத் தமிழ் நூல்கள் அழிக்கப்பட்டதுதான் நம்முடைய வரலாறாக உள்ளது. ஆகவே தமிழுக்கு வளம் சேர்க்கும் முயற்சியாக இந்த நிகழ்ச்சிகள் நடைபெறவில்லை என்பது தெளிவு. இவ்வைதிகப் பாடல்களின் தொகுப்பு முயற்சி பற்றிய செய்திகளில் தமிழ்ச் சூத்திர அரசர்களும் அந்த மதங்கள் சார்ந்த கல்வியாளர்களும் புலவர்களும் பங்கெடுத்தனர் என்ற செய்திகள் கிடைக்கின்றன. அத்துடன் சைவ வைணவக் கோவில்களில் வடமொழியுடன் இணைந்து தமிழ்ப் பாடல்கள் பாடப்பெற்றதையும் செய்திகள் குறிக்கின்றன. பார்ப்பனர் களும் சமஸ்கிருதமும் நிலைகொண்டிருந்த கோவில்களில் சூத்திரர்களும் தமிழ் மொழியும் இடம்பெற்றது ஓர் அதிசய நிகழ்வு அல்ல. அது பார்ப்பன, சூத்திர நிலவுடைமைக் கூட்டாட்சியாளர்களின் ஓர் உடன்படிக்கைதான் என்பதைப் பக்தி இயக்கத்தால் தழுவிக்கொள்ளப்பட்டதாக நம் காலத்துச்

சூத்திர ஆய்வாளர்கள் பெருமைப்படும் தீண்டாத சாதியினர் கோவில்களுக்குள் நுழைவதற்குப் பழங்காலத்திலேயே தடை செய்யப்பட்டிருந்த நிலையும் அத்தகைய அவல நிலை இருபதாம் நூற்றாண்டிலும் தொடர்வதைக் கொண்டு தெளிவாக விளங்கிக்கொள்ளலாம். இவை போன்ற செய்திகளை யெல்லாம் மறைத்துவிட்டு, திருமூலர் என்பவர் தமிழர் என்றும், அவர் தமிழுக்கு ஒரு தத்துவத்தைத் தந்தார் என்றும், சித்தர்களுக்கெல்லாம் மேம்பட்ட சிவயோகச் சித்தர் திருமூலர் என்றும், தமிழ்க் கலாச்சாரத்தைக் கடைந்தெடுத்து வெளியிட்ட வித்தகச் சித்தர் என்றும் ஆறுமுகத் தமிழனால் துணிவுடன் வெளியிடப்பட்டதுதான் 'திருமூலர்: காலத்தின் குரல்' என்னும் நூல்.

குறிப்பு:

திருமூலரையும், திருமந்திரத்தையும் பற்றிப் பூடகப் படுத்தப்பட்ட பல கருத்துகள் தமிழ் வரலாற்றில் உண்டு. இன்றும் அத்தகைய கருத்துகளைக் கொண்ட மனிதர்கள் இருக்கின்றனர். இத்தகையவர்களின் மனோபாவத்தைப் பயன்படுத்திப் பல நூல்கள் வருகின்றன; விற்பனையும் ஆகிவிடுகின்றன. உண்மையில் திருமந்திரத்தை ஆராய்ந்த தமிழறிஞர்களும் அவர்களால் எழுதப்பட்ட நூல்களும் சில உள்ளன. டாக்டர் ப.அருணாசலம் அவர்களால் எழுதப்பட்ட 'திருமந்திரக் கோட்பாடு', பேராசிரியர் க.வெள்ளை வாரணன் அவர்களின் 'பன்னிரு திருமுறை வரலாறு' என்னும் நூலில் உள்ள பத்தாம் திருமுறை பற்றிய ஆய்வுப் பகுதி, 1912ஆம் ஆண்டு விஸ்வநாதப் பிள்ளை என்பவரால் பதிப்பிக்கப்பெற்ற 'திருமந்திரம்' நூலுக்கு வேதாரண்யம் ரமணசாஸ்திரி என்பவரால் எழுதப்பட்ட ஒரு சிறந்த ஆய்வு முன்னுரை போன்று இன்னும் வேறுபல குறிப்புகள் திருமந்திரம் பற்றி முறையாக ஆராய்ந்து பேசுகின்றன. இத்தகைய குறிப்புகள் கூறும் கருத்துகள் எல்லாவற்றையும் நாம் ஏற்றுக்கொள்ள வேண்டிய அவசிய மில்லை. அவற்றில் பல முரண்பாடுகள் உள்ளன. ஆனால் அந்த அறிஞர்களின் உழைப்பில் குறை காண முடியாது. இவர்களைத் துணையாகக் கொண்டு 'திருமந்திரம்' போன்ற நூல்களை நாம் சுயமாக ஆராய்ந்தால் பெரும் பிழைகள் ஏற்பட்டுவிடாது. ஆர்வமுள்ள ஆராய்ச்சியாளர்கள் இத்தகைய நூல்களைத் தேடிப் பயிலும் முயற்சி மேற்கொள்ள வேண்டும்.

ஆறுமுகத்தமிழன் நூலின் இறுதியிலுள்ள 'நூலோதி' பகுதியில் பேராசிரியர் ப.அருணாசலம் போன்றவர்களின்

நூல்களைக் குறிப்பிட்டிருந்தாலும் அத்தகைய நூல்களில் பேசப்பட்ட பல கருத்துகள், இவருடைய நூலில் மாறாக எழுதப்பட்டுள்ளன. முன்னைய நூல் கருத்துகளிலிருந்து இவர் மாற்றியுரைக்கும் பகுதிகளுக்கு முறையான சான்றாதாரங்கள் இல்லாமல் சொல்லப்படுகின்றன. உச்சக்கட்டமாகத் தமிழ் ஆய்வாளர்களுக்கு ஒரு போட்டிவைப்பதுபோல 'வீரமாமுனிவர் விவிலியத்தைத் தமிழுக்குக் கொண்டுவந்த நோக்கமும் அதுதான்' (ப – 109) என்ற குறிப்பும் உள்ளது. வீரமாமுனிவர் பைபிளை மொழிபெயர்த்தார் என்பது தமிழ் உலகத்திற்குக் கிடைத்த ஓர் அரிய கண்டுபிடிப்பாகும். வீரமாமுனிவரைப் பற்றிப் பேராசிரியர் இன்னாசி, நீண்ட காலம் முயன்று சிறப்புடன் வெளியிட்ட 'சதுரகராதி ஆராய்ச்சி' போன்ற நூல்களில்கூட இந்தச் செய்தியில்லை. தமிழ்மொழியில் வந்த விவிலியம் சார்ந்த மொழிபெயர்ப்புகளை ஆராய்ந்தவர்கள் எவருக்கும் தெரியாதுபோன இது போன்ற அரிய நூலை 'பேராசிரியர்' ஆறுமுகத்தமிழன் குறிப்பிடுவது மட்டும் போதாது. அதனை உடனே 'தமிழினி' வெளியீடாகக் கொண்டுவந்தால் அது இருபத்தியோராம் நூற்றாண்டில் தமிழ்மொழிக்குப் புதிதாகக் கிடைத்த ஓர் அரிய பொக்கிஷமாக அமையும்.

○

குருடுங் குருடுங் குருட்டாட்டம் ஆடி. . .

(திருமந்திரம் - 1664)

சமயம் அல்லது மதம் என்பது மனிதர்களின் ஆன்மீக ஆற்றலை வளர்க்கும் புனிதப் பணியைச் செய்வதாகப் பெரும்பாலானவர்கள் கருதிக்கொண் டுள்ளனர், பௌத்தம், சமணம், கிறித்தவம் போன்ற சமயங்கள் அவற்றின் தோற்ற காலத்தில் மனிதர்களின் மன அமைதிக்கு வழிகாட்டுவதாக இருந்திருப்பதனை யும் நாம் வரலாற்றில் அறிகின்றோம். தமிழ்நாட்டைப் பொறுத்தவரை அவைதிக சமயங்களான பௌத்தமும், சமணமும் அத்தகையை பணிகளைச் செய்துள்ளன. சங்க காலத்திற்குப் பின்னர் வந்த நூற்றாண்டுகளில் தமிழ் மக்கள் இந்த அவைதிக மதங்களின் ஊடாகத் தான் தங்களுடைய பண்பாட்டையும், நாகரிகத்தையும், இலக்கண, இலக்கியங்களையும் செழுமைப்படுத்தி யுள்ளனர். பல்லவர்களின் ஆட்சியின் நடுப்பகுதியி லிருந்து வைதிக மதங்களான சைவமும் வைணவமும் செல்வாக்கு மிக்க சமயங்களாக வளரத் தொடங்கி விட்டன. ஆனால் வைதிக சமயங்களின் வளர்ச்சி என்பது நிலவுடைமையின் வளர்ச்சியாகத்தான் இருந்தது. சமயங்களின் பெயரால் ஒருங்கிணைய வேண்டிய தமிழர்கள் வருணங்களாகவும் சாதிகளாகவும் பிளவுண்டு சிதைந்தனர். இந்தச் சிதைவே இங்கு பண்பாடாகவும், நாகரிகமாகவும் இலக்கிய வளர்ச்சி யாகவும் காட்டப்பட்டது. இந்தக் கட்டமைப்பில் உரு வானதுதான் இந்திய சநாதன சதுர்வர்ண சமுதாயம் என்பது.

இச்சமூக நிலையின் இன்னொரு இறுக்கம்தான் பக்தி இயக்கம் என்பது.

நாயன்மார்களாலும் ஆழ்வார்களாலும் பாடப்பெற்ற கோவில்கள் பிற்காலங்களில் மிகப்பெரிய நிலச்சுவான்தார்களாக நிலைபெற்றுவிட்டதை வரலாறு சுட்டிக்காட்டுகின்றது. பல்லாயிரக்கணக்கான தமிழ்க் கல்வெட்டுகளில் பெரும்பாலானவை கோவில்களைச் சார்ந்த நிலவுரிமை ஆவணங்களாகவே உள்ளன என்பது கவனிக்கத்தக்கது. பக்தி இயக்கத்தை வளர்த்தவர்கள் அப்பர், சம்பந்தர், சுந்தரர் போன்ற சைவர்களும், திருமங்கையாழ்வார், நம்மாழ்வார், பெரியாழ்வார் போன்ற வைணவர்களும் ஆவர். 1500 ஆண்டுகள் கடந்தபின்பும் இவர்கள் அனைவரும் பிறந்த வருணமும், சாதியும் இன்றும் நமக்கு வெளிப்படையாகத் தெரிகின்றன. ஆனால் அவைதிக சமயங்களாகிய சமண, பௌத்தத்தைச் சார்ந்த இளங்கோவடிகள், சாத்தனார், திருத்தக்கதேவர், திருவள்ளுவர் போன்றவர்கள் என்ன வருணத்தைச் சார்ந்தவர்கள், என்ன சாதியைச் சார்ந்தவர்கள் என்பதை நம்மால் அறிய முடியாது. தமிழர்கள் அனைவரும் காலங்காலமாகப் பெருமை கொள்ளத்தக்க தகுதி படைத்த தமிழ் நூல்களைப் படைத்த தமிழ் அறிஞர்கள் என்பதை மட்டும்தான் நம்மால் அறிய முடிகின்றது.

1

நிலவுடைமையின் வளர்ச்சியினாலும், போர்த்திறத்தின் வெற்றியினாலும் பொருளாதாரத்திலும், அதிகாரத்திலும் முதன்மை அடைந்துவிட்ட சில சூத்திரத் தமிழ்க் குடியினர் தங்களைப் பார்ப்பனர்களுடன் இணைத்துக்கொண்டு, பொதுவான தமிழ் மக்களைவிடத் தாங்கள் உயர்ந்தவர்கள் என்று காட்டிக்கொண்டனர். தமிழ் சூத்திர மன்னனான இராசராசனே தன்னுடைய அரச குருவாக ஈசான சிவ பண்டிதர் என்ற வட இந்தியப் பார்ப்பனரைத்தான் நியமித்துக் கொண்டான். பிற்காலங்களில் இவனுடைய வாரிசுகள் அனைவரும் இதே வழியைப் பிசகாமல் பின்பற்றி நடந்தனர் என்பதை இவர்களுடைய கல்வெட்டுகள் குறிப்பிடுகின்றன, இந்தப் பார்ப்பன, சூத்திர உயர்சாதிக் கூட்டாளிகள் தமிழ் நாட்டின் வரலாற்றில் குறிப்பிடத்தக்க காலங்களில் எல்லாம் மதங்களின் பெயராலும், மொழியின் பெயராலும் தமிழ் மக்கள் அனைவரையும் ஆட்சி செய்து வந்தனர். சுமார் 1500 ஆண்டுகால வரலாற்றில் இந்த ஆட்சி அதிகாரத்தைத் தொடர்ந்து தங்கள் வாரிசுகளிடமே தக்க வைத்துக்கொள்ளச்

செய்த செயல்கள் என்பனவே தமிழ் பண்பாடாக இன்றும் இவர்களுடைய இருபதாம் நூற்றாண்டின் வாரிசுகளால் பெருமைபடச் சொல்லப்பட்டு வருகின்றன. எடுத்துக்காட்டாக, இந்த உயர்சாதி சூத்திரத் தமிழர்கள் ‘சைவசித்தாந்தம்’ என்பது தமிழ் மக்கள் அனைவரின் தனித்துவமான தத்துவம் என்பார்கள். மதம் சார்ந்த சைவ சித்தாந்திகளைத் தத்துவ ஞானிகள் என்றும் கூறுவார்கள். உலகினரால் தத்துவஞானிகள் என்று அழைக்கப்படுபவர்கள், சாக்ரடீஸ், பிளேட்டோ, அரிஸ்டாட்டில், காண்ட், ஸ்பினோசா போன்றவர்கள்தாம். எவ்வளவு புகழ் பெற்றவர்களாயிருந்தாலும் இயசே கிறிஸ்து, மார்டின் லூதர்கிங் போன்ற இறைஞானிகளை அவர்கள் தத்துவஞானிகள் என்று குறிப்பிடுவதில்லை. ஆனால் நம்முடைய சூத்திரத் தமிழர்களோ இறையியலாளர்களையே தத்துவஞானிகள் என்பார்கள். எந்தத் தர்க்கத்துக்கும் உட்படாமல் இவர்கள் புரியும் பம்மாத்து வேலைகளில் சிறிதளவாவது உண்மை இருக்குமெனில் எவ்வளவு நன்றாயிருந்திருக்கும்!

தமிழர்களில் தாழ்த்தப்பட்டவர்களை ஒதுக்கிவிட்டு ‘உங்களைப் போன்ற சூத்திரர்களாகிய எங்களுக்காவது சைவ சித்தாந்தத்தில் இடம் கொடுங்கள்’ என்று கேட்டவர்களிடம் சிவஞான முனிவர் பதில் சொல்வதைப் பாருங்கள்— அதற்கு முன்னர் இந்த சிவஞான முனிவர் யார் என்பதைத் தெரிந்துகொள்ள வேண்டும். 18ஆம் நூற்றாண்டில் வாழ்ந்த இவர் இன்றுவரை திருவாவடுதுறை மடத்தினரால் குலதெய்வமாகக் கொண்டாடப்பட்டு வருபவர். தமிழ் இலக்கண இலக்கியங்களில் மட்டுமல்லாது வடமொழியாம் சமஸ்கிருதத்திலும் பெரும் புலமையாளர். சமஸ்கிருத நூல்கள் பலவற்றிற்குப் பாஸ்யங்கள் எனப்படும் பேருரைகள் பல உண்டு. அதுபோலத் தமிழில் உள்ள ‘சிவஞான போதம்’ நூலுக்குப் பேருரை வரைந்தவர். ‘சிவஞான மாபாடியம்’ என்பது அந்த உரையின் பெயர். அந்த உரையின் முன்னுரையாக அமைந்துள்ள பாயிரப் பகுதியில் சிவஞானபோதம் ஏன் தோன்றியது, அதனுடைய அமைப்பும் தன்மையும் என்ன, இதனை வாசிக்கும் உரிமையுடையவர்கள் யார் என்பன போன்ற பல கேள்விகளை எழுப்பிக்கொண்டு அதற்கு விடையும் கொடுக்கின்றார். அத்தகைய செய்திகளைத் தான் மட்டும் சொல்லவில்லை, தனக்குப் பல நூற்றாண்டுகளுக்கு முன்பே வாழ்ந்த ‘சைவ அறிஞர்கள்’/’ஞானிகள்’ போன்றோரும் சொன்னதைத்தான் தானும் மேற்கோள்களாகக் கொண்டு விளக்குவதாகக் கூறுகிறார். இனி அவர் கூறுவனவற்றைப் பார்ப்போம்:

சைவ சமயத்தைச் சார்ந்தவர்கள் இந்திய – தமிழகச் சமயங்களைத் தமக்கு நட்பான சமயங்கள் என்றும் பகையான சமயங்கள் என்றும் இரண்டாக வகைப்படுத்துகின்றனர்.[1] நட்புச் சமயங்களை அகச்சமயம், அகப்புறச்சமயம், என்பார்கள். பகைச்சமயங்களாக உலகாயதம், நால்வகை பௌத்தம், சமணம் போன்றவைகளை ஒதுக்கிப் புறச்சமயங்கள் என்பார்கள். இவை எதனால் பகையான சமயங்கள் ஆயின தெரியுமா? வேதங்களையும். ஆகமங்களையும் ஒப்புக்கொள்ள மறுத்துவிட்டதால்தான்[2] அதாவது வைதிகத்தை மறுக்கும் சமயங்கள்தான் இவர்களுடைய பிறவிப் பகைவர்களான சனியன்கள். இதனை சைவ சித்தாந்த நூல்களில் 'சித்தாந்த அஷ்டகம்' என்று அழைக்கப்படுகின்ற எட்டு நூல்களை எழுதியவரும் சுமார் 15ஆம் நூற்றாண்டில் வாழ்ந்தவருமான பார்ப்பன சைவசித்தாந்தியாகிய உமாபதி சிவாச்சாரியார் என்பார் தன் நூலான சிவப்பிரகாசத்தில் கூறுகிறார்:

"புறச் சமயத்தவர்க்கு இருளாய் அகச்சமயத்து ஒளியாய்
... ...
வேதாந்தத் தெளிவாம் சைவ
சித்தாந்தத்திறன் இங்குத் தெரிவிக்கல் உற்றாம்"

– சிவப்பிரகாசம் – பாடல்–7

"வேத நூல் சைவநூல் என்று இரண்டே நூல்கள்
... ...
திகழ் பூர்வம் சிவாகமங்கள் சித்தாந்தமாகும்

– சிவஞான சித்தியார் – பாடல் – 15

என்று சிவஞான சித்தியாரில் இன்னொரு பார்ப்பன சைவ சித்தாந்தியாகிய அருள்நந்தி சிவாச்சாரியார் கூறுகிறார். சுருக்கமாகக் கூறினால் வேதங்கள் – ஆகமங்கள்தாம் சைவ சித்தாந்தத்தின் உயிர், அதை எதிர்ப்பவர்கள் யாவரும் தங்களைப் பொறுத்தவரை மயிர் என்பதுதான் சைவக் கொள்கையின் அடிப்படை.

அப்படியானால் வேதங்கள் மட்டும் போதுமே, சைவ சித்தாந்தம் எதற்கு என்ற கேள்வியைச் சிலர் எழுப்புகின்றனர்.[3] அதற்கு விடையாக அவர்கள் சொல்கிறார்கள்: 'வேதங்கள் என்பன பார்ப்பனர், சத்திரியர், வைசியர் என்ற வர்ணாசிரமத்தில் உயர்படியில் உள்ளவர்களுக்குத்தான் உரிமையுடையன. அதாவது பூணூல் அணியும் தகுதி பெற்ற 'இருபிறப்பாளர்களின்' சொத்து அது. தாழ்ந்த வர்ணத்தினரான சூத்திரர்களும் வர்ணத்திலிருந்து தள்ளப்பட்டுத் தீண்டாதவர்களாக உள்ளவர்களுக்கும் வேதத்தில் உரிமை இல்லை என்றனர்.

ஆனால் தமிழ்நாட்டு வரலாற்றில் சோழர்களின் ஆட்சியிலும், அதன் பின்வந்த காலங்களிலும் நிலஉடைமையாளர்களாக, உள்ளூர் ஆட்சியாளர்களாக மாறிவிட்ட உயர்சாதிச் சூத்திரர்கள் தங்களுக்கும் சமயம், கலாச்சாரம் தொடர்பான நடவடிக்கை களில் பார்ப்பனர்களைப் போன்ற உரிமைகள் வேண்டும் என்றனர்.

சைவசித்தாந்தத்தில் முதல் உரிமை பார்ப்பனர், சத்திரியர், வைசியர் முதலியோருக்கும், அடுத்ததாக இம்மூன்று வர்ணத் தார்க்கும் வைப்பாட்டிகளாக இருந்த சூத்திரப் பெண் களுக்குப் பிறந்தவர்களுக்கும்[4] அதன் பின்னரே நிலவுடைமை யாளர்களான சூத்திரர்களுக்கும் என இடமளித்தனர். இதனை ஏற்றுக்கொண்ட நிலவுடைமையாளர்களான சூத்திரர்கள் தங்களை அண்டி வாழ்கின்ற நிலமற்ற உழைப் பாளர்களான சூத்திரர்களும் அதனுள் இடம் பெற்று விட்டால் தங்கள் மரியாதை கேள்விக்குள்ளாகிவிடும் என்பதை அறிந்து கொண்டு. உயர் வர்ணத்தினருடைய வைப்பாட்டி களின்பிள்ளைகளான 'அநுலோமர்' வகையறாக்களுக்கு அளித்த 'தீட்சாகுரு' பதவியை 'அவனவன் அப்பனுக்கும் ஆத்தாளுக்கும் முறையாகப் பிறந்த உழைப்பாளரான சூத்திரனுக்கு' அளிக்க மறுத்தனர். அதற்கு மேலும், தாங்கள் எல்லாம் சூத்திரர்கள் ஆயினும் உயர்நிலையில் உள்ள 'சத்சூத்திரர்கள்' என்றும் உழைப்பாளிகளான சூத்திரத் தமிழர்கள் 'அசத்சூத்திரர்கள்' என்ற தாழ்ந்த பிரிவினர் என்றும் சொல்லி விலக்கி வைத்தனர். அதற்கு ஆதாரமாகக் காட்டுவதற்கு நூல்களையும் இயற்றி வைத்தனர். 15ஆம் நூற்றாண்டில் கமலை ஞானப்பிரகாச சூத்திரர் எழுதிய 'சாதிநூல்' என்பதும், 17ஆம் நூற்றாண்டைச் சேர்ந்ததாகக் கருதப்படும் 'வருண சந்திரிகை' என்ற நூலும், 20ஆம் நூற்றாண்டின் தொடக்கத்தில் கடலூர் கனகசபைப்பிள்ளை என்பவர் எழுதிய 'வருண சிந்தாமணி' என்ற நூலும் இதற்கான வெளிப்படையான ஆதாரங்கள் ஆகும். இந்நூல்கள் எல்லாம் கடவுளின் ஆணையால்தான் வர்ணாசிரம தர்மம் தமிழ்நாட்டில் நிலவுகிறது என்று குறிப்பிடுகின்றன. இதனை எழுதுபவர்கள் பச்சைத் தமிழர்கள் மட்டுமல்ல. சத்சூத்திரர்கள் என்பதையும் குறிப்பிட்டே ஆகவேண்டும்.

2

இத்தகைய பிரச்சினைகளுடன் 'திருமந்திரம்' நூல் எவ்விதம் சம்பந்தப்பட்டுள்ளது என்று பார்க்க வேண்டும். முல்லை,

குறிஞ்சி, நெய்தல் மருதம் என்று நில வேறுபாடுகளுடன் மட்டும் வாழ்ந்து வந்த பழந்தமிழ் மக்களை, மருதத்தின் ஊடாக வளர்ந்த வேந்தர்கள் வைதிகப் பார்ப்பனியத்துடன் சேர்த்துகொண்டு வருணமயப்படுத்த முயன்றனர். ஆரம்ப காலங்களில் இவர்களுடைய இம்முயற்சி தோல்வி அடைந்தது. நிலத்தினை (திணை) அடிப்படையாகக் கொண்ட பழங் குடிகள் வேந்தர்களின் இம்முயற்சிகளை முறியடித்தனர். ஆனால் பின்னர் வந்த காலங்களில் தனியார் நிலவுடைமை யின் வளர்ச்சியும் வணிகத்தால் ஏற்பட்ட செல்வப் பெருக்கமும் வர்க்க வேறுபாடுகளை உருவாக்கியது. இந்த வர்க்க வேறு பாடுகள் வருண முறையுடன் கலந்து பழங்குடி மக்களின் தனித்துவக் கலாச்சாரத்தைச் சாதியமாக மாற்றியது. வர்ணத்துள் உள்ள வேறுபாடுகள் உயர்சாதி, தாழ்ந்த சாதி என்ற பிரிவினைகள் உண்டாக வழிவகுத்தன. வர்ணத்துள் அடங்காத மக்கள் தாழ்ந்தவர்களாகவும் தீண்டாதவர் களாகவும் ஒரங்கட்டப்பட்டனர். இந்த நிலை சோழர் காலத்தில் ஒரு வலுப்பெற்ற அமைப்பாக நிலைபெற்றுவிட்டது. சோழ அரசன் இராஜ மகேந்திரன் (கி.பி. 1060 – 1083) காலத்திலிருந்து மூன்றாம் இராசராசன் (கி.பி. 1216 – 1256) காலம் வரையான 150 ஆண்டுகால சோழர் மெய்கீர்த்திகள் அனைத்தும் இந்த வர்ண சாதி அமைப்பைக் கட்டிக்காப்பதைப் பெருமையாகக் கூறுகின்றன.

'தருமநெறி நிற்ப மனுநெறி நடாத்திய'

'மேவரு மனுநெறி விளக்கிய'

'மாப்புகழ் மனுவுடன் வளர்ந்த கோப்பரகேசரி'

'மனுவாறு பெருக கலியாறு வறப்ப'

'மண் முழுதுங் களிப்ப மனுநெறி வளர்ந்து'

'மேதினி சாதி ஒழுக்கமும்

நீதி அறமும் பிறழாது திகழ'

'தருமமும் திருமறையும் ஓங்க'

'செயல் வாய்ந்த மனுநூலும் செங்கோலும் திறை நடப்ப'

வேத நெறி நின்று மனுநீதி காப்பதுதான் தமிழ்ச் சூத்திர மன்னர்களான தங்களின் புகழ் நிறுத்தும் பணியாக இவ்வாறு பறைசாற்றி மகிழ்ந்தனர். உள்நாட்டு நிர்வாகத்தில் பார்ப்பன ருடன் இவ்வாறு பறைசாற்றி மகிழ்ந்தனர். உள்நாட்டு நிர்வாகத்தில் பார்ப்பனருடன் கைகோத்துக் களிப்புடன் பங்கேற்ற உயர்சாதிச் சூத்திரர்கள் வைதிக தர்மமான

பார்ப்பனக் கலாச்சாரத்தையே தாங்களும் கைக்கொண்டனர். சுமார் 1000 ஆண்டுகளுக்கும் மேலாகத் தமிழ் மக்களைக் கொள்ளையடித்த இந்தப் பார்ப்பன சூத்திரக் கும்பலானது 19, 20ஆம் நூற்றாண்டுகளில்தான் தங்களுடைய கூட்டணியை முறித்துக்கொள்ளும் நிலைக்கு வந்தது. ஏன் இந்த நிலை வந்தது? மொத்தத் தமிழ் மக்களையும் வாழ வைக்கவா? அதுதான் இல்லை.

3

வெள்ளையர்கள் உள் நுழைந்து (சாதிகளாக – தீண்டாதவர்களாக மக்களைப் பிரிக்காமல் இருந்திருந்ததால் அந்நியர்கள் இங்கே நுழைந்திருக்க முடியுமா? சைவம் போன்ற வைதிக மதப் பிரிவுகள் உண்மையான மதமாகச் செயல்பட்டு, கடவுளின் சந்நிதியில் அனைத்து மக்களும் சமமானவர்கள் என்ற கொள்கை கொண்டிருந்தால் கிறித்தவம், இஸ்லாம் போன்ற மதங்கள்தான் இங்கு கால்வைத்திருகக முடியுமா?) தங்களை ஆள்வோராக நிலை நிறுத்திக்கொண்ட பின்னர் உள்நாட்டு நிர்வாகம் நவீனமயப்படுத்தப்பட்டது. இதன் விளைவாகப் பார்ப்பன – சூத்திரக் கூட்டு உள்கட்டமைப்பு மெல்லமெல்லத் தன் சக்தியை இழக்கத் தொடங்கியது.

தங்களுடைய தெய்வீக ஆச்சாரமான வேத வேதாந்தக் கல்வியைவிட ஆங்கிலக் கல்விதான் தற்காலத்திய அதிகாரத்தைத் தங்களுக்கு வழங்கும் ஆற்றலுடையது. தாங்கள் இதுவரை கூறிவந்த மத ஆச்சாரம் என்பதுகூட அரசு அதிகாரத்தின் உள்வடிவம்தான். நவீன காலத்தில் இந்த வடிவம் செல்லுபடி யாகாமல் செயல் இழக்கத் தொடங்கிவிட்டது என்பதையெல் லாம் புரிந்துகொண்டு செயல்படத் தொடங்கிவிட்டனர். இந்த நிகழ்வை நிலவுடைமைக் கலாச்சாரத்தில் ஊறி நின்ற உயர்சாதிச் சூத்திரர்களோ சரியான காலத்தில் புரிந்து கொள்ளத் தவறிவிட்டனர். இவர்கள் விழிப்படைந்த காலத்தில் நிலைமை கைமீறிப்போய்விட்டதை உணர்ந்தனர். அதே நேரத்தில் வெள்ளையர்கள் இரட்டை ஆட்சிமுறை என்பதன் வழியாக உள்ளூர் நிர்வாக ஆட்சியில் இந்தியர்களும் பங்கு பெறும் வாய்ப்பை அளித்தனர்.

நவீனத் தேர்தல் முறையின் ஊடாகப் பொதுமக்களின் விருப்பத்தின் படிதான் ஆள்பவர்கள் தேர்ந்தெடுக்கப்படுவார்கள் என்பதால் மக்களைத் திரட்ட வேண்டிய நெருக்கடி இவர் களுக்கு ஏற்பட்டது. அரசு நிர்வாக அமைப்பில் ஏற்கனவே பெரும்பகுதியில் ஒட்டிக்கொண்ட பார்ப்பனர்கள், உள்ளாட்சி அமைப்பிலும் பங்குபெறப் போட்டியிட்டனர். இதனால்

இதுகாலம் வரையில் தங்களுடன் தோளோடு தோள் நின்ற பார்ப்பனர்களை உயர்சாதிச் சூத்திரர்கள் பகைவர்கள்போல எதிர் நிறுத்தும் கட்டாயத்தில் தள்ளப்பட்டனர். இதனை இச்சூத்திர உயர்சாதியினர் பல தளங்களில் செயல்படுத்தினர். இது அரசியல் தளத்தில் பார்ப்பனர் அல்லாதார் இயக்க மாகவும், பண்பாட்டுத் தளத்தில் தனித்தமிழ் இயக்கமாகவும், வெளிப்பட்டது. ஆனாலும் சைவ வெள்ளாள மடங்களின் சார்பான நிலவுடைமைக் கலாச்சாரம் சார்ந்த உயர்சாதி சூத்திரர்கள் தங்கள் கூட்டாளிகளான பார்ப்பனர்களை உண்மையில் நட்பாகவே கருதி வந்தனர் என்பது குறிப்பிடத் தக்கது.

நவீன முதலாளி வர்க்கமாகவும், நகர்ப்புறம் சார்ந்த மத்திய தர வர்க்கமாகவும், உருப்பெற்ற உயர்சாதி சூத்திரர்கள் புதிய உலகத்தைப் புரிந்துகொண்டு ஆங்கிலேயர்களுடன் இணைந்தும், ஆங்கிலேயர்கள் சென்ற பின்பு தங்களுக்கு அரசு அதிகாரத்தில் சரியான பங்கு பெறுவதற்காகவும் பல காய்களை நகர்த்தினர். அவற்றுள் குறிப்பிடத்தக்கவையாக 'தமிழ்தான உலகின் முதல் மொழி என்பதும், தமிழன்தான் (எந்தச் சாதித் தமிழன் என்பதைக் குறிப்பிட மறந்து விட்டனர்) உலகில் தோன்றிய முதல் மனிதன் என்பதும் தமிழில் தொன்மையான நூல்கள் 5000 ஆண்டுகளுக்கு முன்பே தோன்றிவிட்டன' என்பன போன்ற பெருங்குரல்களை எழுப்பினர். இத்தகைய கற்பித முழக்கங்களில் ஒன்றாக மறைமலையடிகள் தன்னுடைய 'மாணிக்கவாசகர் வரலாறும் காலமும்' என்ற நூலில் தமிழ் ஆகமங்களைச் சமணர் அழித்தனர் என்று எழுதிப் பழங்காலத்தில் தமிழருடைய எதிரிகள் சமணர்கள் என்றும் கட்டமைத்தார்.

தமிழ் வரலாற்றில் சமணர்கள் எழுதிய பல நூல்கள் வைதிகர்களால் அழிக்கப்பட்டதாகத்தான் பல தகவல்கள் கிடைக்கின்றன. குண்டலகேசி, வளையாபதி, களவியல் காரிகை (இந்த நூலின் எடுத்துக்காட்டுப் பாடல்கள் இஸ்லாமியத் தலைவன் ஒருவனைப் பலபடப் புகழ்வதால் இந்த நூல்கள் அழிக்கப்பட்டன என்பது குறிப்பிடத்தக்கது) போன்ற நூல்கள் அழிக்கப்பட்டன, குறிப்பாக வளையாபதி நூல் 19ஆம் நூற்றாண்டு வரைஆறுமுக நாவலர், உ.வே.சா, கோவையைச் சேர்ந்த புலவர் ஒருவர் போன்ற பலருடைய கைகளில் கிடைத்தும் பதிப்பிக்க வழியின்றி சைவர்களால் அழிக்கப் பட்டது. தற்பொழுது நாம் தமிழ்நாட்டில் பார்க்கின்ற சைவ, வைணவக் கோவில்கள், அவற்றின் வழிபாட்டு நடைமுறைகள் என்பன பல்லவர்களின் ஆட்சிக்காலமாக 6, 7ஆம் நூற்றாண்டு

களுக்குப் பின்பானவை என்பது பட்டயங்களும், கல்வெட்டுக் களும் குறிப்பிடுகின்ற வரலாற்று உண்மைகள் ஆகும். அந்தக் காலக்கட்டத்திற்கு முன்னதாகக் கடவுள் வழிபாடும், கோவில் களும் நாம் இன்று கிராமங்களிலும், பழங்குடி மக்களிடமும் பார்ப்பன போன்ற எளிமையான வழக்கங்கள்தான்.

ஆகமங்கள் என்பன நிறுவனங்களாக மாறிவிட்ட கோவில் களின் நடைமுறையை ஒழுங்குபடுத்தும் சட்டங்கள்தான் என்பது தெள்ளத்தெளிவான உண்மைகளாக இருக்கையில், அத்தகைய நிலைமைகள் தோற்றமே கொள்ளாத காலத்தில் தமிழில் ஆகமங்கள் இருந்ததாகவும், அவற்றைச் சமணர்கள் அழித்ததாகவும் கூறுவது 'ஆகாயத்தாமரை', 'மலடியின் மகன்' என்பதைப் போன்றதுதான். இத்தகைய நிலைமை இன்னும் தொடர்ந்துகொண்டுதான் இருக்கிறது என்பதைக் குறிப்பதுதான் 'திருமந்திரம் தமிழரின் தத்துவம்' என்பது போன்ற மூர்க்கக் கூற்றுகள்.

1887இல் முதன்முதலாக அச்சுவடிவம் பெற்றது திருமந்திரம். தொடர்ந்து சுமார் 17 பதிப்புகள் வந்துள்ளன. ஒரு பதிப்புக்கும் மற்றொரு பதிப்புக்கும் இடையே பாடல்களில் பல இடங் களில் வேறுபாடுகள் உள்ளன. திருமந்திரம் 3000 பாடல்கள் கொண்டது என்பதுகூட எல்லாப் பதிப்புகளிலும் ஒரே மாதிரி நிறுவப்படவில்லை. சில பதிப்புகளில் 3083, 3047, 3048 என அதிகமான பாடல்கள் உள்ளன. ஆனால் நூலின் உள் பேசப்படுகின்ற வேதச்சிறப்பு[5], ஆகமச்சிறப்பு[6], அந்தணர் ஒழுக்கம்[7] போன்ற பகுதிகள் எல்லாப் பதிப்புகளிலும் ஒன்றாகவே உள்ளன. அதே போன்று அந்தணர் யார் என்று விளக்கும் பகுதி, அவர்கள் சிண்டும், பூணூலும் அணிந்தவர்கள் என்ற பகுதிகள் மாற்றமில்லாமல் உள்ளன.

திருமூலர் கயிலை மலையில் நந்தியெம்பெருமானிடம் உபதேசம் பெறுகையில் தன்னுடன் இருந்து உபதேசம் பெற்றவர்களாக சிவயோக சித்தர் பதஞ்சலி, வியாக்கிரபாதர் போன்றவர்களைக் குறிப்பிடுகின்றார். 1997இல் திருமந்திர நூலை நன்கு ஆராய்ந்து மூலப்பாடப் பதிப்பாக வெளியிட்டவர் டாக்டர் சுப. அண்ணாமலை. இவர், நூலின் பெயரை வெறுமனே திருமந்திரம் என்பது சரியல்ல என்றும் பல சுவடிகளில் 'திருமந்திரம்' என வழங்கும் 'சதாசிவ ஆகமம்' என்றுதான் உள்ளது என்றும் கூறுகிறார். தன் பதிப்புக்குக்கூட இந்தப் பெயரைத்தான் கொடுத்துள்ளார். பழமையான சுவடி களில் எல்லாம் இந்தப் பெயர்தான் உள்ளதாகக் குறிப்பிடு கின்றார். (முன்னுரை XLII)

திருமந்திரத்தில் 'சைவசித்தாந்தம்' மட்டும் பேசப்பட வில்லை. வைதிக சைவத்தின் அனைத்துப் பிரிவுகளும் அதனுள் பேசப்படுகின்றன. ஆகவே சைவ சித்தாந்தக் கொள்கை களை மட்டும் விளக்கும் நூலாக இதனைக் கொள்ள இயலாது என்று எல்லா ஆய்வாளர்களும், சைவ மடங்களைச் சேர்ந் தவர்களும் எழுதுகின்றனர். இதனால்தான் திருமந்திர நூலுக்குப் பல நூற்றாண்டுகள் பிந்தி எழுதப்பட்ட 'சிவஞானபோதம்' சைவ சித்தாந்தத்தின் அடிப்படைகளைக் கூறும் நூலாகத் தலைமை இடம் பெற்றுவிட்டது. சுருக்கமாகக் கூறினால் பல்லவர் காலத்திற்கும், சோழர் காலத்திற்கும் இடைப்பட்ட தமிழகத்தில் நிலைகொண்டுவிட்ட வைதிக சைவம் தொடர் பான பல்வேறு கோட்பாடுகளைத் தொகுத்துக் கூறுவதும், நிறுவனங்களாக மாறிவிட்ட கோவில்களின் நடைமுறைகளை முறைப்படுத்திய ஆகம நெறிமுறைகளைத் தொகுத்துச் கூறுவதும் தான் திருமந்திர நூலின் அமைப்பு முறையாக உள்ளது என்று சொல்லலாம்.

4

இறுதியாக இன்னும் சில விஷயங்களைக் கூறுவதும் தவிர்க்க முடியாததாகின்றது. தமிழ்மொழியும், வடமொழியான சமஸ் கிருதமும் ஒத்த தன்மையிலான இலக்கண, இலக்கிய அமைப்பு முறைகளைக் கொண்டவைதான் என்ற கருத்து 20ஆம் நூற்றாண்டின் தொடக்க காலம் வரையில் தமிழ்நாட்டின் கல்வியாளர்களிடமும், புலவர்களிடமும் நிலைபெற்றிருந்தது. கால்டுவெல் அவர்களின் 'திராவிட மொழிகளின் ஒப்பிலக் கணம்' வெளிவந்த பின்புதான் தமிழ்மொழி என்பதும், திராவிட மொழிகளும் தமக்கே உரிய தனித்துவமான மொழிக் கூறுகளைக் கொண்டவை என்ற கருத்து பரவ ஆரம்பித்தது. ஆயினும் இத்தகைய கருத்துகள் வலிமையாக நிலைபெறு வதற்கு மேலும் நீண்ட காலம் பிடித்தது. கால்டுவெல்லின் இந்த நூலைப் பயின்ற உயர்சாதிகளைச் சேர்ந்த சூத்திரத் தமிழர்கள் திராவிட மொழிகளின் ஒப்பிலக்கணத்தில் குறிப் பிடப்பட்ட தமிழின் தனித்துவப் பண்புகள் என்ற பகுதியை மட்டுமே எடுத்துக்கொண்டனர். அவர்களுக்கு ஒவ்வாத பல பகுதிகளை நீக்கிவிட்டே கால்டுவெல் மறைவுக்குப் பின்னர் பதிப்பித்துக்கொண்டனர். இதற்குக் காரணம் தங்களுடைய அதிகாரமும் மரியாதையும் கேள்விக்குள்ளாகும் என்ற பதற்றமே என்று நம்மை எண்ணத் தூண்டுகின்றது.

இத்தகையவர்களைப் புரிந்துகொள்வதற்கு வேறு சில விஷயங்களும் நமக்கு உதவியாக இருக்கும். எடுத்துக்காட்டாக

வைதிக மொழியான வடமொழி என்பது இரண்டு வகைப் பட்டது. ஒன்று, வேதங்களும் சில உபநிடதங்களும் போன்றவை களைப் பேசும் மொழி. இதனையே வைதிக மொழி என்பார்கள். இந்த மொழியில் வழங்கும் சொற்களுக்கான பொருள் வரையறுக்கப்பட்டதல்ல. ஆகவே வேதத்தின் ஒரு பகுதியை ஒருவர் விளக்கும் முறையில் இன்னொருவர் விளக்க வேண்டும் என நாம் எதிர்பார்க்க முடியாது. ஒரு சொல்லுக்கே சுமார் பத்திலிருந்து இருபத்தைந்து வகையான அர்த்தங்கள் இருக்கும். ஆகவே இன்றுவரையில் இந்த மொழியிலுள்ள நூல்களுக்கு வரையறுக்கப்பட்ட அர்த்தத்தை எவராலும் வழங்க முடிய வில்லை. மற்றொன்று இதிகாசங்கள், காவியங்கள், நாடகங்கள் போன்றவைகள் எழுதப்பட்ட மொழி. இதனைத்தான் சமஸ் கிருதங்கள் என்பார்கள். இந்த சமஸ்கித மொழிதான் இன்றைய நிலையிலும் புரிந்துகொள்ளும் நிலையிலுள்ள வடமொழி என்பதாகும். இந்த சமஸ்கிருத மொழியில் எழுதப்பட்ட முதல் இலக்கியங்களாகக் காளிதாசரின் நாடகங்களைக் கூறுவார்கள், இந்நாடக நூல்கள் தோன்றுவதற்குச் சில நூற்றாண்டுகளுக்கு முன்பே நம்முடைய சங்க இலக்கியங்கள் தோன்றிவிட்டன. தமிழ் இலக்கண நூலாகிய தொல்காப்பியம் சுட்டும் இலக்கண நுட்பங்களில் பல சமஸ்கிருத மொழி அறியாதது ஆகும். ஐம்பெரும்காப்பியங்கள், பல்வேறு விதமான சிற்றிலக்கண நூல்கள் என்பன தென்னிந்திய மொழிகளான கன்னடம், தெலுங்கு, மலையாளம் போன்ற மொழியில் நூல்கள் தொன்றுவதற்குப் பலகாலத்திற்கு முன்பே தோன்றிப் பயிலப்பெற்றவை. பாலி, பிராகிருதம் போன்ற மொழி சார்ந்த நூல்கள் பல மிகப் பழங்காலத்திலேயே தமிழில் மொழிபெயர்க்கப்பட்டு வந்துள்ளன. இதுபோன்ற தமிழ் மொழியின் தனித்துவமான பல பண்புநலன்களைக் கால்டுவெல் ஆராய்ந்தது போல நாமும் ஆராய வேண்டும். அப்பொழுது தான் 'தமிழ் செம்மொழி' என்பதை மற்ற மொழி சார்ந்தவர் களுக்கு ஐயத்திற்கிடமின்றிப் புரியவைக்க முடியும். இயன்ற வரையில் ஆங்கிலத்திலோ, பிற இந்திய மொழிகளிலோ எல்லோரும் ஏற்றுக்கொள்ளும்படியான பழந்தமிழ் நூல் மொழிபெயர்ப்புகளை நம்மால் வெளியிட முடியவில்லை என்பது கவனிக்கத்தக்கது. இப்பொழுதுகூட அத்தகைய செயல்களைச் செய்யும் தகுதியான அறிஞர்கள் மிகமிகக் குறைவாகத்தான் உள்ளனர் என்பதும் தமிழ்மொழியின் வளர்ச்சியில் அக்கறை கொண்டவர்கள் கவலைப்படும் செய்தியாகும். இப்படி நம்முடைய இனிய தமிழ்மொழி பெருமை கொள்வதற்குப் பல செய்திகள் இருக்கின்றன. நம்முடைய உழைப்பைச் செலவிட்டு உலக சமுதாயத்திட

மிருந்தும், இந்திய மக்களிடமிருந்தும் தனித்து நின்று பெருமை கொள்வதற்குப் பல விஷயங்கள் நம்முடைய மொழியில் இருந்தும், அவற்றையெல்லாம் விட்டுவிட்டு, நம்மிடம் இல்லாத ஒன்றை இருப்பதாகக் கூறி விதாண்டாவாதம் செய்பவர்களை நாம் எப்படிப் புரிந்துகொள்வது? தமிழ் மொழியின் உண்மை யான வளர்ச்சியைவிட அவர்களுடைய அரசியல் ஆதாயம் தேடும் வெறிதான் அவர்களை இப்படியெல்லாம் பேச வைக்கிறது என்று நாம் எண்ணுவதில் தவறு இருக்க முடியுமா?

சைவ சித்தாந்தம் போன்றவை தமிழர்கள் அனைவருக்கு மான சொத்து என்று அவர்கள் கருதுவது உண்மையாக இருக்குமானால் அவர்களுக்கு ஒரு சிறு வேண்டுகோளை வைக்கின்றேன். இந்த இருபத்தியோராம் நூற்றாண்டிலும் திருவாவடுதுறை, தருமபுரம், திருப்பனந்தாள், குன்றக்குடி போன்ற மடங்களின் தலைவர்களாக ஒரு குறப்பிட்ட சாதியைச் சேர்ந்தவர்களால் மட்டும்தான் வரமுடிகின்றது. இத்தகைய சமய நிறுவனங்களில் தமிழனாகப் பிறந்த எவராயினும், அத்தலைமைக்கான தகுதி பெற்றிருந்தால் தலைவராகலாம் என்ற நிலைமையை உண்டுபண்ண முயற்சி மேற்கொள்ள வேண்டும்.

அடிக்குறிப்புகள்

1. இச்சமயங்கள் எல்லாம் புறப்புறச்சமயம், புறச்சமயம், அகப்புறச்சமயம், அகச்சமயம் என நான்கு வகைப்படும். அவற்றுள் புறப்புறச்சமயம், உலகாயதம், நால்வகை பௌத்தம், அருகதம் என அறுவகைப்படும். புறச்சமயம் தருக்கம், மீமாம்சை, ஏகான்மவாதம், சாங்கியம், யோகம், பாஞ்சிராத்திரம் என அறுவகைப்படும். அகப்புறச்சமயமாவது பாசுபதம், மாவிரதம், காபாலம். வாமம், வைரவம், ஐக்கியவாதசைவம் என அறுவகைப் படும். அகச்சமயமாவது பாடாண்வாதசைவம், வேத வாதசைவம், சிவசமவாதசைவம், சிவ அங்கிராந்தவாத சைவம் ஈசுவர, அவிகாரவாத சைவம், சிவாத்துவிதன சைவம் என அறுவகைப்படும். இவையெல்லாம் அகம் புறம் என்று இரண்டாய் அடங்குமாறும் ஓர்ந்துணர்க.

   - சிவஞான மாபாடியம் - பக்கம் 99, விளக்கம் சி.சு.மணி அருள் நந்திசிவம் அருட்பணிமன்றம், திருநெல்வேலி. 1994

2. உலகாயதம், நால்வகை பௌத்தம், சமணம் ஆகிய ஆறுமே புறப்புறச் சமயங்களாகப் பேசப்படுவன, கொள்கையில் அவ்வளவு எட்டத்தில் வைக்கத்தக்கதாக

இவைகளுக்கும் சைவசித்தாந்தத்திற்கும் இடையே உள்ள பெரிய வேற்றுமை என்ன என்ற வினா எழலாம். சைவ சித்தாந்திகள் வேதம், ஆகமம் ஆகிய இரண்டையும் ஒப்புக்கொள்ளுகிறவர்கள். ஒப்புக்கொள்ளுவது மட்டு மின்றி அவற்றுக்கு ஏனைய எல்லாவற்றையும்விட மிக மேலான இடத்தைக் கொடுக்கின்றவர்கள். நாம் கண்ணால் நேரே காண்பதுகூடப் பொய்யாயிருக்கலாம். நமது அறிவால் யூகிப்பதுகூடப் பிழையாயிருக்கலாம். ஆனால் வேதங்களிலும், ஆகமங்களிலும் கூறப்பட்டிருப் பவை ஒரு போதும் பொய்யாகா என்ற திடமான நம்பிக்கை உடையவர்கள். 'ஒரு பொருள் நமது புலன் களுக்கு வெளிப்படையாகத் தோன்றாவிட்டால்கூட பாதகமில்லை. அது வேதாகமங்களிலே கூறப்பட்டிருந் தாலே போதும். அதனை உண்மை என்று நம்பலாம். அதைப் போலவே நமது அறிவுக்கு எட்டாதவைகூட வேதாகமங்களிலே சொல்லப்பட்டிருந்தால் அவை ஏற்றுக்கொள்ளத்தக்கவை' என இவ்வாறு யுக்தியையும் அனுபவத்தையும்விட வேத வாக்கே வலிமையுடையது என வற்புறுத்துகின்றவர்கள் சைவசித்தாந்திகள். எந்த வேதாகமங்களைப் பிரத்தியட்சம், அனுமானம் ஆகிய இரண்டு பிரமாணங்களையும்விட அதிக வலிமை யுடையவை எனச் சைவசித்தாந்திகள் கருதுகின்றனரோ, அந்த வேதாகமங்களைச் சிறிதும் ஏற்றுக்கொள்ளத் தக்கவை அல்ல என மேலே குறிப்பிட்ட அறுவரும் (உலகாயதர், நால்வகை பௌத்தம், சமணம்) ஒதுக்கித் தள்ளிவிட்டனர். இதனாலேதான் இந்த அறுவரும் சைவசித்தாந்தத்துக்கு வெகு தூரத்தவர் ஆகிவிட்டனர்.

- இந்திய தத்துவ ஞானம் - ஐந்தாம் பதிப்பு, லட்சுமணன் 1977, பக்கம் - 423, 424, பழனியப்பா பிரதர்ஸ்

3. "இனி, வேதமும் சிவாகமமும் ஒன்றேயாயினும் இரு பகுதிப்பட்டது. வேதம் மூன்று வருணத்தாருக்கும், சிவாகமம் நான்கு வருணத்தாருக்கும் பொதுவாதல் பற்றி ஆதலால் சிவாகமங்கள் பிரமாணம் என்பது தெற்றென உணர்க."

சிவஞான மாபாடியம் - முதல் பதிப்பு, பக்கம் 51.

வேதமும் சிவாகமும் ஒன்றே என்பது மேற்காட்டினாம் ஆகலின் வேதவழக்கோடு முரணுதல் இன்மையாயினும், அது வேதவழக்கோடும் சிவாகம வழக்கோடும் மாறு

கொள்வார் கூற்றேயாம் என மறுக்க – அதே நூல் – பக்கம் 73.

4. *இச்சமய முதலிய தீக்கைப்பேறு மறையோர் (பார்ப்பனர்) முதலிய மூன்று வருணத்தார்க்கும், சற்சூத்திரருக்கும், அனுலோமருக்குமாம் என உணர்க. (முதல் மூன்று வருணத்தைச் சேர்ந்த ஆண்களுக்கு சூத்திரர் முதலிய தாழ்ந்த வருணத்து வைப்பாட்டிகளிடம் பிறந்தவர்களை அனுலோமர் என்று குறிப்பிடுவார்கள். கீழ் வருணத்தைச் சார்ந்த ஆண்களை மேல் வருணத்துப் பெண்கள் புணர்ந்து பெற்ற பிள்ளைகள் பிரதிலோமர்கள் என்பார்கள். பிரதிலோமர்கள் சமூகப் படிநிலையில் மிகவும் தாழ்வாக வைக்கப்பட்டிருந்தனர்.)*

மேற்குறிப்பிட்ட நூல் - பக்கம் 79

5. வேதத்தை விட்ட அறமில்லை; வேதத்தின்
ஓதத்தகும் அறம் எல்லாம் உள; தர்க்க
வாதத்தைவிட்டு, மதிஞர் வளமுற்ற
வேதத்தை ஓதியே வீடு பெற்றார்களே.

இதன்பொருள்: வேதத்தை விடச் சிறந்த அறநூல் இல்லை. மக்கட்கு உரைக்க வேண்டிய அனைத்து அறங்களும் அவற்றில் உள. மதியுடையோர் தருக்க வாதத்தை விட்டு வேதம் ஓதி வீடு எய்தினர்.

திருமந்திரம் - வேதச்சிறப்பு - பாடல் 85, டாக்டர்
சுப. அண்ணாமலை பதிப்பாசிரியர் - 1997, முதல் பதிப்பு,
இந்திய பண்பாட்டு ஆராய்ச்சி நிறுவனம்,
84, கலாசேத்ரா சாலை, திருவான்மியூர்,
சென்னை - 600 041

6. அண்ணல் அருளால் அருளும் சிவாகமம்
எண்ணில் இருபத்தெண் கோடி நூறாயிரம்
விண்ணவர் ஈசன் விழுப்பம் உரைத்தனர்
நண்ணிநின்று அப்பொருள் ஏத்துவன் நானே – பாடல் 92

இதன் பொருள்: இருபத்தெட்டு சிவாகமங்களும் இருபத்தெட்டுக் கோடி. அல்லது இருபத்தெட்டு இலட்சம் நூல்களுக்கு இணை. அவற்றின் வழி நின்று தேவர்கள் சிவபிரானது மேன்மையை உரைத்தனர். அந்தப் பரம்பொருளையே யானும் புகழ்ந்து கூறலுற்றேன்.

முன் குறிப்பிட்ட நூல், பக்கம் 50

7. வசையில் விழுப்பொருள் வானும் நிலனும்
   திசையும் திசைபெறு தேவர் குழாமும்
   விசையம் பெருகிய தேவம் முதலாம்
   அசைவிலா அந்தணர் ஆகுதி வேட்கிலே – பாடல் 369

   இதன் பொருள்: அந்தணர் யாகம் செய்தால் மண்ணிலும் விண்ணிலும் வாழ்வோர் வெற்றி பெறுவர்.

   அதே நூல் பக். 210

இடங்கை வலங்கைப் போராட்டமும் அயோத்திதாசரும்

தமிழ்மக்களிடம் இராமன் ஆண்டாலென்ன? இராவணன் ஆண்டாலென்ன? என்ற ஒரு சொலவடை வழங்கி வருகின்றது. இதன் பொருள் எத்தகைய அரசு அமைப்பிலும் தங்கள் நிலை மாறவில்லை என்பதாக எல்லோரும் கருதுகின்றோம். ஆனால் எந்த அரசு வந்தாலும் ஏன் அந்த மாற்றம் நிகழவில்லை என்று யாரும் கேள்வி எழுப்பியதாகத் தெரியவில்லை. அதாவது ஆட்சி மாற்றம் என்பது மேல்நிலையில் மட்டும் ஏற்படு கின்றது. பொதுமக்கள் வாழ்வில் எத்தகைய மாற்றமும் ஏற்படவில்லை. இதனை மார்க்ஸ் 'ஆசிய உற்பத்திமுறை' மற்றும் 'கீழைத் தேய வல்லாட்சி' என்று குறிப்பிடுவார். சோழர் காலத்தை ஆராய்ந்த பர்ட்டன் ஸ்டெயின் 'சமய – நீர்ப்பாசன சமூகம்' என்பார். அதாவது இந்திய – தமிழ்நாட்டு அரசமைப்புகள் உலகின் மற்ற பகுதி களிலிருந்த அரசு அமைப்புகளிலிருந்து வித்தியாச மானது என்பதைக் குறிக்க மேற்கூறிய சொல்லாட்சி களைக் கையாண்டனர். தமிழ்நாட்டில் ஆங்கிலேயர் ஆட்சி வருவதற்கு 1000 ஆண்டுகளுக்கு முன்புவரை பெரும்பாலான இடங்களில் கோவில் நிர்வாகம் சார்ந்த பார்ப்பன உயர்சாதிச் சூத்திரக் கூட்டமைப்புகளாலும், நீர்ப்பாசன வசதியற்ற மேட்டு நிலப்பகுதிகளில் சாதி யமைப்பு சார்ந்த குழுக்களாலும் சிவில் நிர்வாகம் என்று சொல்லப்படுகின்ற உள்ளூர் நிர்வாகம் நடை பெற்று வந்தது. இத்தகைய அமைப்புகளில் பேரரசன் அல்லது அரசன் என்பவன் பெரும்பாலான கால கட்டங்களில் உள்ளூர் நிர்வாகத்தில் தலையிட்டுள்ள தாகக் கூறியுள்ள குறிப்புகள் குறைவு. அரசன் என்பவன்

இராணுவத் தலைமை சார்ந்து மட்டும் செயல்பட்டான். எந்த அரசன் அல்லது அரசு மாறினாலும் உள்ளூர் நிர்வாகத்தில் குறிப்பிடத்தகுந்த மாற்றங்கள் ஏற்படவில்லை. அதனால் மேற்படி 'இராமன் ஆண்டாலென்ன? இராவணன் ஆண்டாலென்ன?' என்ற சொலவடை உருவாகி நிலைபெற்றது. இத்தகைய அமைப்பில் ஆளும் சாதிகளுக்கும் ஆளப்படும் சாதிகளுக்கும் இடையிலான முரண்பாடுகள் போராட்டங்களாக வெளிப்பட்டபோது அதனை வலங்கை இடங்கைச் சாதிப் போராட்டமென்று வரலாற்றாளர்கள் மயங்கிக் குறித்துள்ளனர்.

தமிழ்நாட்டின் வரலாற்றை எழுதியவர்கள் பலரால் குறிப்பிடப்படும் ஒரு முக்கியமான நிகழ்ச்சி 'இடங்கை வலங்கை'ப் போராட்டம் ஆகும். சோழர் காலத்தின் மையப் பகுதி என்று கருதப்படும் பதினோராம் நூற்றாண்டின் இறுதி – பன்னிரண்டாம் நூற்றாண்டின் தொடக்கத்திலிருந்து 19ஆம் நூற்றாண்டின் நடுப்பகுதி வரையிலான சுமார் 900 ஆண்டுகள் இப்போராட்டம் கல்வெட்டுகளிலும் பட்டயங்களிலும் தொடர்ந்து குறிக்கப்பட்டு வந்துள்ளது. தமிழ்நாட்டில் இருந்த சாதிகள் இரண்டு அணிகளாகப் பிரிந்திருந்து நீண்டகாலங்களாகத் தங்களுள் பூசலிட்டு வந்ததாக அக்குறிப்புகள் பேசுகின்றன. இந்தச் செய்தியைப் பற்றி வரலாற்றாசிரியர் கே.ஏ. நீலகண்ட சாஸ்திரி கூறுகிறார்.[1]

> உண்மையில், சாதியமைப்பும் அது உணர்த்தும் சமூக, பொருளாதார முறைகளும் ஏறக்குறைய எல்லோராலும் ஏற்றுக்கொள்ளப்பட்டன. இதன் அடிப்படையில் ஆக்கப்பட்ட சமூக ஒழுங்கை நிலைநிறுத்துவது அரசனின் முக்கிய கடமையாகக் கொள்ளப்பட்டது. வெவ்வேறு பிரிவுகளைச் சேர்ந்த மக்கள், உணவு, விவாகம் சம்பந்தப்பட்ட வரையில் தனித்தனியே பிரிந்து நின்றதற்கும், அதே வேளையில், கோவிலையும் அதன் சுற்றாடலையும் முகாமை செய்தல், கிராமத்தில் நில, நீர்ப்பாசன உரிமைகளை ஒழுங்கு செய்தல், தல விவகாரங்களைப் பாலனஞ் செய்தல் முதலிய பொது வேலைகளில் எல்லாரும் ஒன்று சேர்ந்து ஒத்துழைத்ததற்கும் இதுவே காரணமாக விருந்தது. தனி ஒருவனது அல்லது ஒரு கூட்டத்தினரது உரிமைகளிலும் பார்க்க, ஒருவன் எந்த நிலையில் (சாதியில்) இருக்கின்றானோ அதற்குரிய கடமைகளை நிறைவேற்ற வேண்டும் என்பது அழுத்திக் கூறப்பட்டது. சமூக ஒற்றுமையும், அப்போதிருந்த சமூக ஒழுங்கில் திருப்தியும் நிறைந்த சூழ்நிலையே பொதுவாக நிலவியது.

வேறுபாடுகளும் சண்டைகளும் இருந்தன என்பது உண்மைதான். இவையின்றி எந்த ஒரு சமூகமும் இருக்க வில்லை – ஆனால், அவை ஒருபோதும் கடுமையானவை யாக இருக்கவில்லை. 'வலப்பக்கச் சாதி', 'இடப்பக்கச் சாதி' என்ற வேறுபாடு பழைய காலத்திலேயே இருந்தது. இது எவ்வாறு தொடங்கியதென்பது மர்மமாகவே இருக்கிறது; இந்த இரு சாதியினருக்குமிடையே ஏற்பட்ட சண்டைகள்கூட, இதற்குப் பிற்பட்ட காலங்களிற் காணப் பட்ட பலாத்காரத்தையும் முரட்டுத்தனத்தையும், அப் போது அடையவில்லை. பட்டணங்களிலும் கிராமங் களிலும் பல்வேறு சாதி மக்களும் தத்தமது சாதிக்குச் சொந்தமான தனித்தனிப் பகுதிகளில் வாழ்ந்து, தத்தம் சாதியினரின் பிரத்தியேகப் பழக்க வழக்கங்களை மேற் கொண்டொழுகினர். சமூகத்தால் நிராகரிக்கப்பட்ட வர்கள், கிராமத்திலிருந்து சற்றுத் தூரத்திலுள்ள குக்கிராமங்களில் வாழ்ந்தனர்; (அடிமைத்தனத்திலிருந்து அதிக வேறுபாடற்ற நிலையிலிருந்த) அவர்கள் நிலத்தைக் கொத்தியும் வேறு இழிந்த வேலைகளைச் செய்து கொண்டுமிருந்தார்கள்."

(தென்னிந்திய வரலாறு, பக். 365, 366)

ஆனால் சாஸ்திரியாரே தன்னுடைய 'சோழர்கள்' என்ற நூலில், ஒரு புராண நூலில் கரிகாலன் காலத்தில் இரு தரப்பினரிடையே சண்டை மூண்டு வழக்கு அரசரின் தீர்ப்புக்கு விடப்பட்டபோது ஒரு தரப்பினர் அரசனின் வலப்புறமும் மற்றொரு தரப்பினர் அரசனின் இடப்புறமும் நின்றதாகச் செவிவழிச் செய்தி உண்டு என்று குறிப்பிடுகிறார். முதலாம் குலோத்துங்கன் இரண்டாம் ஆட்சியாண்டில் பாபநாசம் வட்டம் (தஞ்சை மாவட்டம்) இராஜ மகேந்திர சதுர்வேதி மங்கலத்தில் வலங்கை, இடங்கை சண்டைப் பெரியளவில் நடந்தது. அச்சண்டையில் அவ்வூர்க் கோவில் சொத்துகள் கொள்ளையிடப்பட்டன. கோவிலும் இடித்துச் சேதப்படுத்தப்பட்டது என்றும் பிராமண, வேளாளச் சாதிகளைச் சேர்ந்த நிலக்கிழார்களும் அரசாங்க அதிகாரி களும் வன்னியர் சாதிகளைச் சேர்ந்தவர்களை இணைத்துக் கொண்டு இடங்கை வகுப்பினர் மீது தாக்குதல் நடத்திய தாகவும் குறிப்பிடுகிறார்.

(சோழர்கள், பக். 724, 725)

'கல்வெட்டில் வாழ்வியல்' என்ற நூலில் அ. கிருட்டினன் விஜயநகர காலத்து வலங்கை இடங்கை பற்றிய செய்திகளைத் தொகுத்துக் கூறுமிடத்தில்,

"அந்நாட்டில் பிறந்த அந்தணரும், வேளாளரும் வாரவரி வசூலிப்பதினின்றும் நிறுத்திக்கொள்ள வேண்டும். பொய்க் கணக்கு எழுதியும், தரவுக்கள ஊழியர்களின் பயனைப் பெற்றும், அரசினர் மற்றும் சீவிதக்காரர்களின் பயனைப் பெற்றும், அரசு அலுவலர்க்கு அச்சமுதாயத்தினரைப் பற்றிப் பொல்லாங்கு கூறி எவரும் நாட்டுக்குத் தீங்கு செய்யக்கூடாதென முடிவெடுக்கப் பெற்றது.

தன் வகுப்பைச் சேராதவர்களின் கொடைகள் மற்றும் வாழ்வியல் அடிப்படை உரிமை நலங்களை எவரேனும் விலைக்கு விற்றாலோ, விலைக்குப் பெற்றாலோ அரசு வரியான இராசகரம் என்னும் வரியைத் தவிரப் பிற வரிகளை மக்களிடையே வசூலிப்போர் நாட்டுத் துரோகி களாகக் கருதப்பெற்றனர்." என்கிறார்.

(பக். 162, 163)

'தமிழ்நாட்டு வரலாறு சோழப் பெருவேந்தர் காலம்' என்ற நூலில்,

"வடநாட்டிலிருந்து கொண்டுவந்து புகுத்தப்பெற்ற நால்வருண சமுதாய அமைப்புக்கு எதிராக ஏற்படுத்தப் பட்ட ஓர் அமைப்பே இவ்விடங்கை – வலங்கைச் சாதிப் பாகுபாடு என்று ஒருசில வரலாற்றாசிரியர்கள் கருது கின்றனர். வருணாசிரம அமைப்பில் பிராமணர்கள் பெற்ற தனி உரிமைகளைக் கண்டு மனம் புழுங்கிய பிராமணரல்லாதார் ஒன்றுகூடித் தாங்களும் அரசனிட மிருந்து பல்வேறு உரிமைகளைப் பெறுவான் வேண்டி இவ்வித அமைப்பைத் தோற்றுவித்திருக்கக்கூடும் எனக் கருதப்படுகிறது. எனினும் இந்தச் சமுதாயப் பிரிவுகள் எங்ஙனம் தோன்றின என்பது இன்னும் ஒரு புதிராகவே இருந்து வருகிறது. "வலங்கை, இடங்கைச் சாதி வரலாறு" எனும் தலைப்பிட்ட கையெழுத்துச் சுவடி ஒன்று சென்னைப் பல்கலைக்கழக நூலகத்தின் பழஞ்சுவடிகள் பிரிவில் *(Old Manuscript Library)* காணப்படுகிறது. இச் சுவடியானது இடங்கை – வலங்கைப் பிரிவினைச் சேர்ந்த 98 சாதிகள் கரிகாற்சோழன் காலத்தில் ஏற்பட்டன என்றும், வெள்ளாளரும் அவர்களது ஆதரவாளர்களும் இடங்கைச் சாதியினர் என்று கருதப்பட்டார்கள் என்றும் கூறுகிறது. நிலையாக ஓரிடத்தில் வாழ்ந்து வேளாண் தொழிலில் ஈடுபட்டிருந்த வேளாளர், பறையர் ஆகியோர் வலங்கைச் சாதிகளிலும், இடம்விட்டு இடம் பெயர்ந்து கைவினைத் தொழில்கள் அல்லது வியாபாரத் தில் ஈடுபட்டிருந்த கம்மாளர்கள், சக்கிலிகள், கோமுட்டிகள்

முதலியோர் இடங்கைச் சாதிகளிலும் இச்சுவடியில் தொகுக்கப்பட்டுள்ளனர். இதற்கேற்பப் பிரஞ்சுக்காரர் ஆண்ட காலத்தில் புதுச்சேரியில் நீதிபதி ஒருவர் ஒரு வழக்கை விசாரித்தபோது வேளாளர், பறையர் போன்ற வலங்கைச் சாதியார் நீதிபதியின் வலப்பக்கத்திலும், கம்மாளர், சக்கிலியர், கோமுட்டிகள் முதலிய இடங்கைச் சாதியார் அவருடைய இடது பக்கத்திலும் நிற்பது வழக்கமாக இருந்ததாகக் கூறப்படுகிறது."

(தமிழ்நாட்டு வரலாறு சோழப் பெருவேந்தர் காலம், பக். 59, 60)

மேலே காட்டப்பட்ட கருத்துகள் அனைத்தும் இடங்கை வலங்கைப் பிரச்சினை என்பது தமிழ்நாட்டு வரலாற்றில் விளங்கிக்கொள்ள முடியாத ஒரு சாதியப் பிரச்சினை என்பது போலத்தான் குறிப்பிடுகின்றன. உண்மையில் இந்தக் கருத்து நியாயமானதுதானா?

இதனைச் சாதியம் சார்ந்த பிரச்சினையாக இவர்கள் அனைவரும் எண்ணிக் கொண்டதனால்தான் இந்தக் குழப்பம் நேர்ந்துள்ளது. இடங்கை வலங்கைப் பிரச்சினை என்பது அரசியல் நிர்வாகம் சார்ந்த ஒன்று. அதிலும் தமிழ்நாட்டு வரலாற்றில் அரசியலும் நிர்வாகமும் என்பது உலக அரசியல் வரலாற்றிலிருந்தும் இந்திய அரசியல் வரலாற்றிலிருந்தும் பெரிதும் வேறுபட்டத் தன்மையுடையது. இதற்கான அடிப் படையான காரணம் தமிழ்நாட்டுச் சைவ வைணவக் கோயில்கள். தமிழ்நாட்டு வரலாற்றில் சோழர் காலத்திலிருந்து ஆங்கிலேயர்களின் ஆட்சிவரையிலான காலத்தில் தமிழ் நாட்டு வளமான நிலங்களின் பெரும்பகுதி இந்தக் கோவில் களின் உடமையாக இருந்ததுவும் உள்ளூர் நிர்வாகம் என்பது இந்தக் கோவில் சார்ந்த நிர்வாகக் குழுக்களிடம் இருந்ததும் தான். (இது பற்றிய விரிவான ஆய்வுகளை இந்நூலில் உள்ள கோவில் – நிலம் – சாதி கட்டுரைகளில் காணலாம்.)

இடங்கை வலங்கைப் பிரச்சினைகளைப் பற்றிய வரலாற்றுக் குறிப்புகளிலும் கல்வெட்டுச் செய்திகளிலும் சொல்லப்பட்ட சில செய்திகள் கவனிக்கத்தக்கவையாக உள்ளன.

1. இந்தச் செய்திகளில் பெரும்பாலானவை ஏதாவதொரு கோவிலை மையமாகக்கொண்டே குறிப்பிடப்பட்டிருக்கும்.
2. அரசனுடைய அதிகாரிகள், படைவீரர்கள் பற்றிய குறிப்புகளாக இருக்கும்.
3. பெரும்பாலும் இடங்கைப் பிரிவினர் பாதிக்கப்பட்ட தாகச் செய்திகள் இருக்கும்.

4. இவர்களைத் துன்புறுத்துபவர்களாகப் பார்ப்பனர், வெள்ளாளர் போன்றவர்களைப் பற்றி மிகுதியாகவும் மற்ற உயர்சாதி நிலவுடைமையாளர்களைப் பற்றி ஓரளவும் குறிப்புகள் கிடைக்கின்றன.

5. சில கல்வெட்டுகளில் இடங்கை, வலங்கை ஆகிய இரு பிரிவினரும் இணைந்து பார்ப்பன, வெள்ளாள நிலவுடைமையாளர்களையும் அரசாங்க அதிகாரிகளையும் எதிர்த்ததாக இருக்கும்.

6. பதினைந்தாம் நூற்றாண்டுக்குப் பிற்பட்டகாலக் கல்வெட்டுகளில் செருப்புப் போடுதல், குடைபிடித்தல், மாடி வீடு கட்டிக்கொள்ளுதல், கல்யாண ஊர்வலங்கள் இன்னின்ன பகுதிகளில் செல்லலாம் என அனுமதி கூறுதல் போன்ற சமூக மதிப்புகளைக் கோருவதாக இருக்கும்.

இத்தகைய செய்திகளினூடே வலங்கைப் பிரிவில் பறையர் சாதியார் இடம்பெற்றிருப்பதும் இடங்கைப் பிரிவில் கைவினைத் தொழிலாளர்கள், சிறு வணிகர்கள், பள்ளர் சாதியார் இடம்பெற்றிருப்பதும் ஆய்வாளர்களைப் பெரும் குழப்பத்தில் ஆழ்த்திவிட்டது. ஒடுக்கப்பட்ட மக்களாகிய பறையர் சாதியார் ஆளுகின்ற சாதிகளுடன் எவ்வாறு இணைந்திருக்க முடியும் என்ற கேள்விக்கு விடை கிடைக்காமல் தவித்தனர்.

கோவில் – நிலம் – சாதி கட்டுரைத் தொடரை நான் எழுதிவரும்போது கோவில் நிர்வாக ஆளும் குழுக்களில் கடைநிலை ஊழியர்களாகப் பறையர் சாதியார் குறிக்கப்படு வதைக் கண்டேன். உள்ளூர் நிர்வாக அமைப்பில் தலையாரி போன்ற கடைநிலை அரசு ஊழியர்கள் பெரும்பாலும் பறையர் சாதியினரே. கோவில் நிர்வாகத்திலிருந்து ஊதியம் பெறுபவர்கள் இவர்கள். ஆனால் பள்ளர் சாதியார் உட்பட இடங்கைச் சாதிகளைச் சார்ந்த அனைவரும் கோவிலுக்கு மகன்மை, வரி போன்றவற்றைச் செலுத்துபவர்கள்தான். சுருக்கமாகக் கூறினால் 'வலங்கை' என்பது கோவில் சார்ந்த நிலவுடைமை 'ஆளும் சாதிகள்', 'இடங்கை' என்பது அந்தக் கோவிலின் ஆளுகைக்கு உட்பட்ட பகுதிகளில் வாழும் குடிமக்கள். அதாவது ஆளப்படும் சாதிகள். வலது என்பது அதிகாரம் சார்ந்தது. இந்த முடிவுக்கு நான் வந்தபோது இதனை உறுதிசெய்வதற்கு வேறு சான்றுகள் கிடைக்குமா? என்று தேடிக்கொண்டிருந்தேன். அயோத்திதாசர் எழுத்து களைப் படிக்கும்போது வலங்கை இடங்கை பற்றிய செய்தி களை அவர் எழுதியிருப்பது கண்டு ஆச்சரியத்துடன் ஆனால், கவனமாக வாசித்தேன். முதல் தொகுதியில் 11 இடங்களிலும்

இரண்டாம் தொகுதியில் ஓர் இடத்திலும் இதனைப் பற்றி அவர் பேசுகிறார்,

"1814ஆவது வருடத்தில் விஸ்வபிரம வம்மிஷத்தாரெனும் கம்மாளருக்கும், பிராமணரென வழங்கும் விப்பிரா ளுக்கும் விவாக சம்மந்த விஷயமாய் வியாஜியங்கள் நேரிட்டு மாஜிஸ்டிரேட்டு கோர்ட்டிலும், சித்தூர் ஜில்லா அதவுலத் கோர்ட்டிலும், கம்மாளர்களே ஜெயமடைந்து விட்டபடியால் இப்பிராளென்னும் பிராமணர்களென்னப் பட்டவர்கள் சகல சாதியோரையும் தங்கள் வசப்படுத்திக் கொண்டதுபோக கம்மாளர்களுடன் சண்டை சச்சரவு செய்து தங்களைக் காப்பதற்கு தங்களால் பறையரென்று தாழ்த்தி வந்த சாதியோரை சினேகப்படுத்திக் கொண்டு அவர்களைக் கிஞ்சித்து உயர்த்திவைத்தார்கள்.

அதாவது நாற்பது வருடங்களுக்கு முன்பு பஞ்சாயத்துக் கூடுவோர் தேசாயச்செட்டி பஞ்சாயத்தென்று வகுத்து வைத்திருந்தவற்றுள், சுங்கச்சாவடியண்டையிருந்து சுங்கம் அல்லது ஆயம் வாங்குவோர்களுக்கு தேய ஆயச் செட்டியென்று கூறப்படும் அவர்களிடம் பஞ்சாயத்து செய்யப்போகிறவர்கள் மீனாட்சியம்மன் முத்திரையை யும், மணியையும் மத்தியில் வைத்து அதன் வலங்கை புரமாக பிராமணர்கள், வேளாளர்கள், பறையர்கள் வீற்றிருக்கலாமென்றும், அதன் இடங்கைபுரமாக கோமுட்டிகள், சக்கிலியர், கம்மாளர்கள் வீற்றிருக்கலாம் என்றும் ஓர் நூதன ஏற்பாட்டைச் செய்து காரைக்கால், புதுச்சேரி முதலிய தேசங்களிலுள்ள பௌத்தக் குடிகளை கம்மாளர் அடிதடிக்கு பயந்து வலங்கைசாதியார் வலங்கை சாதியாரென சிறப்பில் வைத்திருந்தார்கள்.

என்ன உயர்த்தி வைத்திருந்த போதிலும் அவர்களுக்கு கம்மாளர்களால் ஆபத்து நேரிடுங்காலத்தில் வலங்கையர் களும்,

வலங்கை சாதியென்போர் முன்னுக்கு வர ஏற்படுங்கால் பழய பறையர்கள் என்றே தாழ்த்தப்படுவார்கள். இஃது நாளதுவரையில் நிறைவேறிவரும் அநுபவங்களாகும்.

இன்னும் இக்குலத்தோருக்கு உற்சாகம் உண்டாக்கித் தாங்கள் கோவில்களுக்கு வலுதேடிக் கொள்ளுவதற்கும், கம்மாளர்களைத் தாழ்த்தி வைப்பதற்கும், சிவன்கோவிலில் பறையனென்னும் ஓர் அடியான் இருக்கின்றான் என்றும், விஷ்ணு கோவிலில் பறையனென்னும் ஓர் அடியானிருக் கின்றான் என்றும் பொய்க்கதைகளால் இவர்களை

உற்சாகப்படுத்தி வைத்துக்கொண்டு தற்காலந் தங்களுக்கு எதிரிகளாகத் தோன்றிய கம்மாளர்களுக்குள் ஓரடியாரையுஞ் சேர்க்காமல் தொழுது வருகிறார்கள்.

திராவிட பௌத்தர்களுக்கு வலங்கையரென்னும் பெயர் விப்பிராளென்னும் பிராமணர்கள் கம்மாளர்கள் அடிதடிக்கு பயந்து மீனாட்சி முத்திரையின் வலபுரம் நிறுத்தி பறையனென்னும் பெயரை தாட்சண்ணியத்தினால் அகற்றி, முத்திரைக்கு வலங்கையிலிருந்தபடியால் வலங்கை சாதியோர்கள் என வகுத்து நாளதுவரையில் புதுசேரிக் காரைக்கால் முதலிய இடங்களில் வழங்கிவருகின்றார்கள்."

(அயோத்திதாசர் சிந்தனைகள் I, ப. 137)

அயோத்திதாசர் இடங்கை வலங்கைப் பிரச்சினைகளைப் பற்றி (1909) எழுதும் காலத்தில் தமிழக வரலாறு பற்றிய நூல்கள் பெரும்பாலும் வெளிவரவில்லை எனலாம். இருந்தாலும் தன் காலத்தில் வெளியிடப்பட்ட பல புதிய செய்திகளை அவர் தன்னுடைய எழுத்துகளில் பயன்படுத்துகின்றார். தமிழ்நாட்டில் நிலவிய நிலவுடைமை முறை பற்றிய பல வரலாற்றுச் செய்திகள் அன்றைய காலத்தில் தொகுக்கப்படவில்லை. ஆயினும் பார்ப்பனர்களுடனும் உயர்சாதிச் சூத்திர நிலவுடைமையாளர்களுடனும் இணைந்து நின்று பறையர் சாதியினர் பிற சாதியினரைத் துன்புறுத்தி வந்தனர் என்பதையும் உயர்சாதிக்காரர்களுக்கு அடியாள்கள் போலச் செயல்பட்டார்கள் என்பதையும் தன்னுடைய எழுத்துகளில் அயோத்திதாசர் குறிப்பிட்டாலும் பறையர் சாதியினர் மட்டும் ஏன் அவர்களுடன் சேர்ந்தார்கள்? என்பதையும் மற்ற ஒடுக்கப்பட்ட சாதியினர் உயர்சாதியினருடன் ஏன் இணையவில்லை என்பதையும் அவரால் விளக்க முடியவில்லை. ஆனால் வலங்கை இடங்கைப் போராட்டங்கள் பற்றிய செய்திகளில் காணப்படும் பார்ப்பன, உயர்சாதிச் சூத்திர வலங்கை ஆளும் குழுக்களுடன் பறையர் சாதியினர் இணைந்திருந்தனர் என்பதை அயோத்திதாசர் வழியாக நாம் உறுதிபடுத்திக்கொள்ள முடிகின்றது.

தமிழக வரலாற்றில் நிகழ்ந்த இடங்கை, வலங்கைப் போராட்டங்கள் ஒரே மாதிரியாக இல்லை. சோழர், பாண்டியர் காலத்தில் அதாவது கிட்டத்தட்ட பதினைந்தாம் நூற்றாண்டு வரை இடங்கைக் குழுவிலுள்ள சாதிகள் பார்ப்பனர், சூத்திர உயர்சாதி, பறையர் சாதி என்ற கோவில் வழி ஆளுகை செலுத்தும் வலங்கைப் பிரிவினரை எதிர்த்தும் சில காலங்களில் உயர்சாதி வலங்கைப் பிரிவினருடன்

இணைந்திருந்த அரசு அதிகாரிகளை எதிர்த்தும் நிகழ்ந் துள்ளன. இஸ்லாமியர்களைத் தமிழ்நாட்டிற்குள் பாண்டியர்கள் அழைத்து வந்ததனால் அடுத்துவந்த காலங்களில் தமிழ்மக்கள் மீதான தங்கள் ஆதிக்கத்தையும் சாதிய மேன்மையையும் இழக்கும் தறுவாயில் இருந்த இவர்கள், விஜயநகர இந்து சாம்ராஜ்ய அரசர்களுடன் இணைந்து அதனை மீட்டெடுத் தனர். இதனால் பின்வந்த காலங்களில் தமிழ்நாட்டு வலங்கை உயர்சாதியினர் தங்கள் ஆதிக்கத்தை, நிலவுடைமையை விஜயநகர இந்து - தெலுங்கு ஆதிக்க சக்திகளுடன் பகிர்ந்து கொண்டனர். இந்த வரலாற்று நிகழ்வுக்குப் பிறகான வலங்கை இடங்கைப் போராட்டங்களில் தெலுங்கு பேசும் கைவினைச் சாதியினர் தமிழ்நாட்டு இடங்கைப் பிரிவினருடன் இணைந்து கொண்டது கவனிக்கத்தக்கது. சுருக்கமாகச் சொன்னால் தெலுங்குபேசும் ஆதிக்க சாதிகள் தமிழ்நாட்டு வலங்கைப் பிரிவினருடனும் தெலுங்கு பேசுகின்ற ஆளப்படும் சாதிகள் தமிழ்நாட்டு இடங்கைச் சாதியினருடனும் தங்களை இணைத்துக் கொண்டனர் என்பது குறிப்பிடத்தக்கது. இந்தக் காலகட்டத்தில் தமிழ்நாட்டு நிலவுடைமையில் சிறிது மாற்றம் ஏற்படுகிறது. தமிழ், தெலுங்கு உயர்சாதியினரிடையே தனியார் நிலவுடைமையாளர்களும் உருவாகின்றனர். இத் தகையவர்களுடைய கொடுமைகளை எதிர்த்து இடங்கைப் பகுதியினர் போராடுவதும் விஜயநகர நாயக்கர் மன்னர்கள் அதனைத் தீர்த்து வைப்பதையும் கல்வெட்டுகளும் பட்டயங் களும் குறிப்பிடுகின்றன.

ஆங்கிலேயர்கள் காலத்தில் வலங்கைச் சாதியினர் அனுபவிக்கும் பல்வேறு உரிமைகள் தங்களுக்கும் வேண்டு மென்று இடங்கைச் சாதியினர் ஆங்கில ஆட்சியாளரிடமும் பிரெஞ்சு ஆட்சியாளரிடமும் வேண்டுகோள் விடுப்பதும் பத்தொன்பதாம் நூற்றாண்டின் தொடக்கக் காலங்களில் உருவாகிவிட்ட நீதிமன்றங்களில் வழக்குத் தொடர்வதும் என்று மூன்று வகையான இடங்கை, வலங்கைப் போராட்டப் பிரச்சினைகளை வரலாற்றில் நாம் சந்திக்கிறோம்.

பயன்பட்ட நூல்கள்:

1. கே.ஏ.நீலகண்ட சாஸ்திரி; தென்னிந்திய வரலாறு, இலங்கை அரசாங்க வெளியீடு, 1966, பக். 365, 366

2. அ.கிருட்டினன்; கல்வெட்டில் வாழ்வியல், மணிவாசகர் பதிப்பகம், சென்னை, 1991, பக். 162, 163.

3. தமிழ்நாட்டு வரலாற்றுக்குழு; தமிழ்நாட்டு வரலாறு சோழப் பெருவேந்தர் காலம், தமிழ் வளர்ச்சி இயக்கம், சென்னை, 2000, பக். 59, 60

4. ஞான அலாய்சியஸ்; (தொகுப்பாசிரியர்) அயோத்தி தாசர் சிந்தனைகள் I, நாட்டார் வழக்காற்றியல் ஆய்வு மையம், பாளையங்கோட்டை. ப. 137, 1999.

இறைவழிபாட்டில் தமிழ்

5.8.07 அன்று சன் தொலைக்காட்சியில் ஒளி பரப்பான நேருக்குநேர் நிகழ்ச்சியில், தமிழகத்தில் உள்ள சைவக் கோவில்களில் தமிழில் குடமுழுக்கு செய்வதற்கும், தமிழில் அர்ச்சனைகள் செய்வதற்கும் தருமபுரம், திருபனந்தாள் மடங்கள் நீதிமன்றங்களில் தடையாணை பெற்றுள்ளதாகச் சொல்லி விவாதித்தார்கள். தடையாணை பெற்றது குடமுழுக்கு, யாகங்கள் முதலான மதச் சடங்குகளில் தேவாரம், திருவாசகம் போன்ற பன்னிரு திருமுறைகளைப் பயன்படுதுவதற்குத் தானே தவிர தமிழில் அர்ச்சனைக்கு அல்ல.

ஆனால் தமிழில் அர்ச்சனைக்கே தடையாணை என்பது போன்று நடைபெற்ற அந்த விவாதத்தின் முடிவில் அந்த விவாதத்தை வழி நடத்திய வீர பாண்டியன் தடையாணை பெற்ற மடாதிபதிகளை இழிவாகச் சாடினார். பொதுப் பார்வையில் நியாயமானவை போன்று தோற்றமளித்த அந்த நிகழ்ச்சியில் கலந்து கொண்டு பேசியவர்கள் பல செய்திகளை மக்களுக்குச் சொல்லாமல் மறைத்துவிட்டுத் தங்களுக்குத் தோதான செய்திகளை மட்டும் முன்னிலைப்படுத்திப் பேசினார்கள்.

இவர்களுடைய பேச்சினிடையே காலம்காலமாக இந்த நடைமுறைகள் தமிழில் இருந்ததாகவும் இடைக் காலத்தில்தான் இவை மாற்றப்பட்டுவிட்டதாகவும் குறிப்பிட்டார்கள். நிகழ்ச்சியைப் பார்த்துக்கொண் டிருந்த என் போன்றவர்களுக்கு இவர்கள் வரலாற்றைத் திரிக்கிறார்கள் அல்லது வரலாறு இவர்களுக்குத் தெரியாது என்ற எண்ணமே ஏற்பட்டது.

பொ. வேல்சாமி

தமிழ்நாட்டு வரலாற்றில் தற்போது நாம் காணுகின்ற கோவில்களைப் போன்ற அமைப்பும், நிகழ்வுகளும் தோன்றியது என்பது பல்லவ மன்னனான ராஜசிம்மன் என்ற மன்னன் கட்டிய காஞ்சி கைலாசநாதர் கோவிலுடன்தான் தொடங்கு கிறது. அதற்கு முந்தைய காலத்தில் கோவில்கள் இருந்ததாகக் குறிப்புகள் இருந்தாலும், மிகவும் பிரமாண்டமுடனும் ஆகமநெறிப்பட்ட வழி முறைகளுடனும் கட்டப்பட்டு, அன்றாடப் பூசைகள் நிகழ்த்தப்பட்ட முதல் கோவில் கைலாச நாதர் கோவில்தான்.

சைவ மதத்திற்கு என்று விதிமுறைகளை வகுக்கும் இருபத்தெட்டு ஆகமங்கள் உள்ளன. ஆகமங்களில் ஏதாவது ஒரு ஆகம விதிகளில் கூறப்பட்டுள்ளபடிதான் கோவிலின் கட்டிட அமைப்புகள் கட்டப்பட்டு, அன்றாடப் பூசைகள் முதல் திருவிழாக்கள் வரை நடைபெற்று வருகின்றன.

சைவக் கோவில்களில் இறைவனின் திருமேனியைத் தொட்டுப் பூசை செய்யும் உரிமை 'ஆதி சைவர்கள்' எனப்படும் சிவாச்சாரியர்களுக்கு மட்டுமே உரியது. பூசையில் அவர்கள் சொல்லுகின்ற மந்திரங்களுக்குப் 'பத்ததிகள்' என்று பெயர். அவை வேதம் சார்ந்தவை அல்ல. ஆகமங்கள் சார்ந்தவை என்பது குறிப்பிடத்தக்கது.

நான்கு வேதங்களிலும் வல்லவர்களான பார்ப்பனர்கள் கருவறையினுள் நுழைய அனுமதி கிடையாது. தேவார ஓதுவா மூர்த்திகள் நின்று பாடுகின்ற அர்த்த மண்டபத்தில் நின்றுதான் வேதம் வல்ல பார்ப்பனர்களும் வேதத்தை ஓத வேண்டும். இத்தகைய நடைமுறையானது பல்லவர் காலம், சோழர் காலம், பாண்டியர் காலம், நாயக்கர் காலம், மராட்டியர் காலம், ஆங்கிலேயர் காலம், ஆங்கிலேயர்கள் சென்றபின் உயர் சாதியினர் மற்றும் இன்றைய நிலையில் அரசியல் ஆதிக்கம் பெற்று வருகின்ற சாதிகளின் காலம் வரையில் அப்படியேதான் நிகழ்ந்து வருகின்றது.

கி.பி. 1311இல் தொடங்கி 1386 வரையிலான காலத்தில் மாலிக்காபூர், முகமதுபின் துக்ளக் போன்ற இசுலாமியர் களைப் பாண்டிய மன்னர்கள் அழைத்து வந்து தமிழகத்தைக் காட்டிக் கொடுத்தபின் தமிழ்நாட்டுச் சைவ, வைணவக் கோவில்கள் தம் சிறப்புகளை இழந்து மூடப்பட்டுக் கிடந்தன.

இத்தகைய வரலாற்றுச் சூழலில் தங்களுடைய சாதிய ஆதிக்கத்தையும் பண்பாட்டு ஆதிக்கத்தையும் இழந்து விடுவோமோ என்ற அச்சத்தில் வாழ்ந்து வந்த சூத்திர உயர்சாதி இந்துத்துவ தமிழ் பேசும் ஆதிக்கவாதிகள், அதே

காலத்தில் தெலுங்கு மொழி பேசப்படுகின்ற ஆந்திர நாட்டில் இந்துத்துவத்தையும், மனுநீதியையும், சாதியத்தையும் நிலை நிறுத்துவதில் வெற்றி பெற்று, விஜயநகர சாம்ராஜ்யத்தை நிறுவி, ஆண்டு வந்த மன்னர்களுடன் கூட்டடித்துத் தமிழ் நாட்டிலும் அதனை அமுல்படுத்தினர்.

அந்த மன்னர்களின் படைபலத்துடன் தமிழ்நாட்டில் மூடிக்கிடந்த கோவில்களை மீண்டும் திறந்து பொலிவு பெறச்செய்து மனுநீதியையும், சாதிய ஆதிக்கத்தையும் தக்க வைத்துக்கொண்டனர். ராணுவ ஆதிக்கத்தை விஜயநகர நாயக்கர்களுடன் பகிர்ந்துகொண்டு உள்நாட்டு சிவில் நிர்வாகத்தைத் (குடிமைப் பணி) தங்கள் சாதியினரிடமே தக்க வைத்துக்கொண்டனர். மீண்டும் பொலிவு பெற்ற கோவில்கள், முன் நடந்து வந்த நிர்வாக அமைப்பின்படிதான் செயல்பட்டு வந்தன என்பது குறிப்பிடத்தக்கது.

இத்தகைய வரலாற்றுச் செய்திகளை அறியாமல் தமிழகக் கோவில்களில் தமிழுக்கு இடம் கொடுக்க மறுக்கிறார்கள் என்றும் அதற்கான தடையாணையை நீதிமன்றத்தின் வழியாகப் பெற்றுவிட்டனர் என்றும், இவர்கள் கூறுகின்றனர். உண்மையில் தேவார திருவாசகங்களைப் பாடுவதற்கு இன்று வரை எந்தத் தடையும் விதிக்கப்படவில்லை. அதேபோலத் தமிழில் அர்ச்சனை செய்வதற்கும் தடையேதும் இல்லை என்பதும் குறிப்பிடத்தக்கது.

உண்மையில் நேருக்கு நேர் நிகழ்ச்சியில் பங்கேற்ற ஒருவரான சத்திய வேல்முருகன் என்பவர் தமிழ் மொழியில் ஆகமங்கள் உள்ளன என்று கூறியும் அதற்கு ஆதரவாகப் புறநானூற்றுப் பாடல் 15இல் வரும் 'நெய்ம்மலியாவுதி பொங்க' என்னும் பாடல் அடிக்குப் 'பொங்கல் வைத்தல்' என்று திரித்துப் பொருள் கூறிக்கொண்டும் பல கோவில்களில் குடமுழுக்குச் செய்து வருகின்றார். இதில் பெரும் தொகை யிலான பணமும் அவர் ஈட்டுவதாகக் கூறப்படுகிறது. அவருடைய இந்த நடவடிக்கைகளைத் தடுத்து நிறுத்து வதற்காகத்தான் நீதிமன்றத் தடையாணை பெறப்பட்டுள்ளது என்று மடங்களைச் சார்ந்தவர்கள் கூறுகின்றனர்.

தமிழ்நாட்டுக் கோவில்களில் நடவடிக்கைகள் தமிழ் மொழியில்தான் இருக்க வேண்டும் என்பது ஒரு ஜனநாயகக் கோரிக்கை. அதனை நிறைவேற்றுவதில் தமிழ் பேசும் எந்தச் சாதியினருக்கும் மறுப்பு இருக்க முடியாது. இந்து அறநிலையச் சட்டம் போன்றவை தடையாக இருந்தால் அதனை மாற்றி அமைக்கும் அரசியல் அதிகாரம் இவர்கள் கையில்தான்

உள்ளது. மக்களைத் திரட்டக் கூடிய ஊடகச் செல்வாக்கும் இவர்கள் கையில்தான் குவிந்துள்ளது.

இத்தகைய அதிகாரத்தைக் கையில் வைத்துக்கொண்டு இருக்கும் இவர்கள் குறிப்பிட்ட சாதியார்கள்தான் இதனைத் தடுக்கிறார்கள் என்றும், மடாதிபதிகள் இதற்குத் துணை நிற்கிறார்கள் என்றும் பிரச்சாரம் செய்து வருவது அடிநிலைச் சாதிகளைச் சார்ந்த பெரும்பாலான தமிழ் பேசும் மக்களை ஏமாற்றும் சூழ்ச்சியாகும் என்று எண்ணத் தோன்றுகிறது. எனவே இந்தக் கோணத்திலும் தமிழ்ப் பற்றாளர்கள் சிந்திக்க வேண்டும்.

குறிப்பு:

தமிழ் மொழிக்குச் சைவக் கோவில்களில் முதலிடம் தர வேண்டும் என்று சொல்பவர்கள் 'திருமுறைகளை'த் தமிழ் வேதமாகக் கருதுகின்றனர். ஆனால் அந்தத் திரு முறைகள் வேதங்கண்டாய், ஆரியங்கண்டாய், சாம வேதமாகி நின்றாய், ஆகமமாகி நின்றாய் வேதத்தின் வடிவமே சிவன்தான் என்று வடமொழி வேதங்களைத் தான் முதன்மைப்படுத்து கின்றன. சுருக்கமாகக் கூறினால் வடமொழியை முதன்மைப் படுத்தி அதற்குச் சமமானது தமிழ் என்றுதான் திருமுறைகள் கூறுகின்றன. இந்தத் திருமுறைகளைக் கடந்த பல நூற்றாண்டு களாகக் காப்பாற்றி வந்தவை தருமபுரம், திருப்பனந்தாள், திருவாவடுதுறை போன்ற மடங்கள்தான் என்பதை யாரும் மறுக்க முடியாது. இந்நிலையில் அந்த மடங்களே தமிழுக்கு எதிராகப் போகுமா என்பதும் நம் சிந்தனைக்குரியது.

குடவோலை முறை – தேர்தலா? திருவுளச்சீட்டா?

தமிழ் மக்களைப் பெருமைப்படுத்துவதாக நினைத்துக்கொண்டு – பழங்காலத்தில் தமிழ்நாடு பல துறைகளில் வியத்தகு சாதனைகள் கொண்டதாக விளங்கியது என்று பலர் பேசியும் எழுதியும் வருகின்றனர். அத்தகைய சிறப்பூட்டும் செய்திகளில் ஒன்றாகப் பழங்காலத் தமிழ்நாட்டில் இன்றைய தேர்தல் முறைகள் போன்ற ஜனநாயக நிகழ்வுகள் நடைமுறையில் இருந்ததாகக் கூறுகின்றனர். அதற்கு, செங்கல்பட்டு மாவட்டத்தைச் சார்ந்த உத்திரமேரூர் என்ற ஊரில் கிடைத்த கல்வெட்டுகள் இரண்டை ஆதாரமாகக் காட்டுகின்றனர். பிற்காலச் சோழர்களின் காலத்தியதான அந்தக் கல்வெட்டுத் தோன்றிய ஆண்டு கி.பி. 919ஆகும். அந்தக் கல்வெட்டில் உத்திரமேரூர் சபையார் தங்கள் ஊர் நிர்வாகத்தை நடத்துவதற்குப் பல்வேறு குழுக்களை அமைத்துக்கொண்ட விவரம் எழுதப்பட்டுள்ளது. இப்படி அவர்கள் அந்த நிர்வாகக் குழுக்களை அமைத்துக் கொண்ட முறைக்குக் 'குடவோலை முறை' என்று பெயர் வைத்துள்ளனர். இந்தக் குடவோலை முறையைத் தான் தற்கால அரசியல்வாதிகளும் ஆய்வாளர்களும் இன்றைய ஜனநாயகத் தேர்தல் முறையைப் போன்றது என்று பெருமை பாராட்டிப் பேசுகின்றனர்.

நால்வர்ண முறை பல சாதிகளாகப் பிளவுண்டு தீண்டாமைக் கொடுமை தலைவிரித்து ஆடிய ஒரு நாட்டில் ஜனநாயகத் தேர்தல் முறை நடைபெறுவது என்பது சாத்தியமா? அப்படி இல்லை என்பதுதான் உண்மை. அப்படியானால் இவ்வளவு நீண்ட காலமாகப்

பலர் இதனைப் பற்றிப் பேசியும் எழுதியும் வருகின்றனரே! பொய்யான ஒன்றைப் பற்றி இவ்வளவு காலமாகப் பலர் பேசுவார்களா? இத்தகைய சந்தேகம் நடுநிலையாக நின்று சிந்திப்பவர்களுக்கு ஏற்படுவது நியாயம்தான். இதனை விளங்கிக்கொள்ள வேண்டும் என்றால் வரலாறு எவ்விதம் கட்டமைக்கப்படுகின்றது என்பதைப் பார்க்க வேண்டும். அதிகாரம்தான் வரலாற்றுச் சொல்லாடல்களை உருவாக்கும். அதன் அடிப்படையில் உருக்கொள்ளும் பொதுக்கருத்தியலைக் கொண்டு தன் ஆதிக்கத்தை வலுவாக்கிக்கொள்ளவும், உருப்பெற்ற அதிகாரத்தை நிலைநிறுத்திக்கொள்ளவும் செயல் படும். அப்படியான செயல்பாடு இந்திய அரசியல் சூழலில் உருவான போதுதான் இந்தக் கல்வெட்டு கண்டுபிடிக்கப் பட்டது. அதன் அடிப்படையில் ஜனநாயகத் தேர்தல் முறை இந்தியாவில் (தமிழ்நாட்டில்) நடைமுறையில் இருந்ததாகச் செய்திகளும் பரப்பப்பட்டன.

ஆர்.எஸ். சர்மா ‘பழங்கால இந்தியாவில் அரசியல் கொள்கைகள் நிலையங்கள் – சில தோற்றங்கள்’ என்ற தன் நூலின் முதல் அதிகாரத்திலேயே இந்தச் சூழல்களை விவரிக் கின்றார். “மக்கள் நலனுக்காகவே அரசாங்கம் நடக்க வேண்டும். அரசரின் சொந்த நன்மைக்காக அல்ல என்பதை முதல் தடவையாக இந்தியர்களுக்கு ஆங்கிலேயர்கள் சொல்லிக் கொடுத்தார்கள்” என்று சர். ஆக்லண்டு கோல்வின் கூறுகிறார். ‘இந்துக்கள் எதேச்சதிகார முறையான அரசாங்கத்தில் பழக்கப்பட்டவர்கள் என்பது இந்தியாவில் நிலவவில்லை’ என்றும் 1905இல் வங்காளத்தை இரண்டாகப் பிரித்த பிரிட்டிஷ் கவர்னர் ஜெனரல் கர்சன் பிரபு கூறியதும், இந்திய அரசியல்வாதிகளுக்கும் அன்றைய அறிஞர்களுக்கும் பெரும் சவாலான பிரச்சினையாக இருந்தது. ஆங்கிலேயர் களின் இத்தகைய கூற்றுக்களின் விளைவாகத் தேசிய இயக்கம் ஓலைச்சுவடிகளைத் தேடுவதையும், கல்வெட்டுக்களைக் கொண்டு பழைய வரலாற்றை இந்தியர்களே எழுதுவதையும் ஊக்குவித்தது. இத்தகைய தேடல்களில் ஒன்றாக 1911இல் எஸ்.கே. அய்யங்கார் (கிருஷ்ணசாமி) என்ற பார்ப்பன வரலாற்றாளர் பத்தாம் நூற்றாண்டுக்கு முன்னரே கிராமங் களில் ஊர்ச்சபைகள் இருந்ததையும் குடவோலை முறை நிலவியதையும் உத்திரமேரூர் கல்வெட்டைக் கொண்டு வெளிப்படுத்தி, பழைய காலத்தில் ஜனநாயகமுறை ஆட்சி இந்தியாவிலும் தமிழ்நாட்டிலும் நிலவியது என்று எழுதினார்.

பார்ப்பனர்கள் குடியிருந்த சதுர்வேத மங்கலங்களில் தான் சபைகள் இயங்கின. சோழர்காலத்தின் முதற்பகுதியில்

பார்ப்பனர்களுக்கு மட்டும்தான் நிலவுரிமை இருந்ததாகக் கல்வெட்டுகளும், பட்டயங்களும் குறிப்பிடுகின்றன. இத்தகைய நிலங்கள் அன்றைய தமிழ் மன்னர்களால் பார்ப்பனக் குடும்புகளுக்குத் தானமாக அளிக்கப்பட்டவை. குடும்பு என்பது குறிப்பிட்ட ஒரு குலத்தைச் சேர்ந்த பார்ப்பனர்களின் தொகுதி ஆகும். இந்தக் காலங்களில் சூத்திர சாதித் தமிழர்களுக்கு நிலவுரிமை இருந்ததாகச் சான்றுகள் இல்லை. இந்தப் பார்ப்பனக் குடும்புகள் குடியிருந்த பகுதிகள் 'பார்ப் பனச்சேரி' என்று அழைக்கப்பட்டது. இத்தகைய பார்ப்பனர்கள் குடியிருந்த பகுதியில் நடந்த ஒரு நிர்வாக முறையைத்தான் 'உத்திரமேரூர்' கல்வெட்டு குறிப்பிடுகின்றது.

கல்வெட்டில் குறிப்பிடப்படும் நிலங்கள் பெரும்பாலும் அங்குக் குடியிருக்கும் பார்ப்பனக் கூட்டத்தினருக்குப் பொது அனுபவப் பாத்தியதை உடையன. தனிநபர்கள் உரிமை கொண்டாட முடியாது என்பதை முதலில் கவனத்தில் கொள்ள வேண்டும். இத்தகைய நிலங்களை நிர்வாகம் செய்ய அவர்களுக்குள் சில குழுக்கள் உருவாக்கப்படுகின்றன. அந்தக் குழுக்களின் பெயர்கள் 'தோட்ட வாரியம்', 'பஞ்சவார வாரியம்', 'பொன்வாரியம்', 'ஆரிவாரியம்' போன்றவை ஆகும். முதலில் இந்த வாரியங்களுக்கு நியமிக்கப்படுபவர் கண்டிப்பாக வேதம், ஆகமம் தெரிந்த பார்ப்பனராக இருக்க வேண்டும். பொதுநில உரிமை அன்றியும் தனி உரிமையாகக் கால் காணியாவது நிலம் உடையவராக இருக்க வேண்டும். மூன்றாண்டுகளுக்குள் இத்தகைய பதவி எதனையும் வகிக்காத வராக இருக்க வேண்டும். மோசடி, குற்றச் செயல்களில் ஈடுபட்டுக் குற்றம் சாட்டப்படாதவராகவும் தண்டனை பெறாதவராகவும் இருக்க வேண்டும். இவர்களின் வயது வரம்பு ஒரு கல்வெட்டில் 30க்கும்மேல் 60க்குள் என்றும், மற்றொரு கல்வெட்டில் 35க்குமேல் 70க்குள் என்றும் குறிக்கப்பட்டுள்ளது. இத்தகையவர்களின் பெயர்களை ஒவ்வொரு ஓலையில் எழுதி ஒரு குடத்திற்குள் இட்டு, பின்னர் ஒரு பார்ப்பனச் சிறுவனை அந்த ஓலைகளில் ஒன்றை எடுக்கச் செய்வர். இதன்படி எடுக்கப்பட்ட நபர்கள் வாரியத் திற்கு நால்வர் அல்லது அறுவர் என்று நியமிக்கப்படுவார்கள். இதுதான் குடவோலை முறை என்று அழைக்கப்படும் நிகழ்ச்சி ஆகும்.

ஐரோப்பாக் கண்டத்தில் ஏற்பட்ட மறுமலர்ச்சிக் காலத் திற்குப் பிறகு எழுந்த மனிதனை மேன்மைப்படுத்தும் சிந்தனைகளின் விளைபொருளாக எழுந்ததுதான் மக்களாட்சி முறை. பல்லாயிரக்கணக்கான மக்களைப் பலியிட்டுத்தான் வல்லாட்சியாளர்களிடமிருந்து மக்களாட்சி மலர்ந்தது. அதன்

அரசியல் வடிவந்தான் இன்றைய தேர்தல்முறை. இன்று இந்த முறையும் காயடிக்கப்பட்டுவிட்டது என்பது வேறு கதை. ஆங்கில ஆட்சியாளர்களிடமிருந்து அதிகாரத்தைத் தங்கள் கைவசப்படுத்தத் தேசிய இயக்கம் சார்ந்த பார்ப்பன அரசியல்வாதிகளும், அறிவுஜீவிகளும் தங்களுடைய நிர்வாகத் திற்கான திருவுளச் சீட்டு நியமன முறையைத் தேர்தல் முறைபோலக் காட்டிப் பாமர மக்களிடம் தாங்கள் மிகப் பழங்காலத்திலிருந்தே ஜனநாயகத்தைக் கடைப்பிடிப்பவர்கள் என்று காட்டிக்கொண்டனர். ஆனால் பார்ப்பனரல்லாத சூத்திர உயர் சாதித் தமிழர்களும் அதனையே தங்கள் முன்னோர்கள் தேர்தல் முறையை கைக்கொண்டிருந்தனர் என்று சொன்னது ஏன்?

வரலாற்றுக் காலம் நெடுகிலும் பார்ப்பனர்களுடன் இணைந்தே தமிழ் மக்களின் மீதான தங்கள் அதிகாரத்தைச் செலுத்தி வந்தவர்கள்தான் சூத்திர உயர்சாதித் தமிழர்கள். இவர்கள் சநாதன தர்மத்தையும் வைதீக நடைமுறைகளையும் பார்ப்பனர்களிலும் மேலாகப் பேணிக்காத்துவந்தவர்கள்தான் என்பதை நாம் கவனத்தில் கொள்ள வேண்டும்.

சங்க இலக்கியத்தில் பெரும்பகுதி (65 விழுக்காட்டிற்கு மேல்) பார்ப்பனர்களால் எழுதப்பட்டது என்ற அடிப்படைத் தகவலை மறைத்துவிட்டு அவற்றைத் தமது கருத்தியலுக்குச் சார்பாகப் பயன்படுத்திக்கொண்டவர்கள் இந்தச் சூத்திர உயர்சாதித் தமிழர்கள். அதேபோல உத்திரமேரூர் கல்வெட்டையும் தமது பழம்பெருமை பேசுவதற்காக, பார்ப்பனர்களுக்கு இடையே நடந்த திருவுளச்சீட்டு முறையைத் தமிழர்கள் நடத்திய தேர்தல் முறை என்று நாக்கூசாமல் கூறிவந்துள்ளனர். இவற்றை விளங்கிக்கொள்வதற்கு வசதியாக உத்திரமேரூர் கல்வெட்டின் மூலவடிவத்தை உங்கள்முன் வைக்கின்றேன்.

உத்திரமேரூர்க் கல்வெட்டு - I

1. ஸ்வஸ்திஸ்ரீமதுரை கொண்ட கோப்பரகேசரிவர் மர்க்குயாண்டு பனிரண்டாவது உத்திரமேருச் சதுர்வேதி மங்கலத்துச் சபையோம் இவ்வாண்டு முதல் எங்கள் ஊர் ஸ்ரீமுகப்படி ஆணை.
2. இதனால் தத்தனூர் மூவேந்த வேளான்இருந்து வாரியம் ஆக ஆட்டொருக் காலும் சம்வத்சர வாரியமும் தோட்ட வாரியமும் ஏரி வாரியமும் இடுவதற்கு வியவஸ்தை செய்.

3. த பரிசாவது குடும்பு முப்பதாய் முப்பது குடும்பிலும் அவ்வக் குடும்பிலாரேய் கூடி கானிலத்துக்கு மேல் இறை நிலம் உடையான் தன் மனையிலே அ

4. கம் எடுத்துக்கொண்டு இருப்பானை அறுபது பிராயத்துக்க உள் முப்பது பிராயத்துக்கு மேல்பட்டார் வேதத்திலும் சாஸ்திரத்திலும் காரியத்திலும் நிபுணர் என்னப் பட்டி

5. ருப்பாரை அர்த்த சௌசமும் ஆத்ம சௌசமும் உடையராய் மூவாட்டின் இப்புறம் வாரியம் செய்திலாதார் வாரியம் செய்தொழிந்த பெருமக்களுக்கு

6. அணைய பந்துக்கள் அல்லாதாராய் குடவோலைக்கு பேர் தீட்டி சேரி வழியே திரட்டி பன்னிரண்டு சேரி யிலும் சேரியால் ஒரு பேராம் ஆறு ஏதும் உருவறியா தான் ஒரு

7. பாலனைக் கொண்டு குடவோலை வாங்குவித்து பன்னிருவரும் சம்வத்ஸர வாரியம் ஆவதாகவும் அதன் பின்பே தோட்ட வாரியத்துக்கு மேல்படி குடவோ

8. லை வாங்கி பன்னிருவரும் தோட்டவாரியம் ஆவதாக வும் நின்ற அறுகுட வோலையும் ஏரி வாரியம் ஆ

9. வதாகவும் முப்பது குடவோலை பறிச்சு வாரியம் செய்கின்ற மூன்று திறத்து வாரியமும் முந்நூற்று அறுபது நாளும் நிரம்ப வாரியம் ஒழிந்த அனந்தரம் இடும் வாரியங்கள் இவ்விய வஸ்தை ஓலைப்படியே குடும்புக்கு குடவோலையிட்டு குடவோலை பறிச்சுக் கொண்டேய் வாரியம் இடுவதாகவும் வாரியம் செய்தார்க்கு பந்துக்களும் சேரிகளில் அனோன்யமே அவரு

10. ம் குடவோலையில் பேர் எழுதி இடப்படாதார் ஆகவும் பஞ்சவார வாரியத்துக்கும் பொன் வாரியத் துக்கும் முப்பது குடும்பிலும் முப்பது குடவோலையிட்டு சேரியால் ஒருத்தரை குடவோலை பறித்து பன்னிரு வரிலும் அறுவர் பஞ்சவாரவாரியம் ஆவதாகவும் அறுவர்பொன்வாரியம் ஆவதாகவும் சம்வத்சர வாரியம் அல்லாத

11. வாரியங்கள் ஒருகால்செய்தாரை பின்னை அவ்வாரி யத்துக்கு குடவோலை இடப் பெறாதாகவும் இப்பரிசேய் இவ்வாண்டு முதல் சந்திராதித்தவத் என்னும் குடவோலை வாரியமேய் இடுவதாக தேவேந்திரன் சக்கிரவர்த்தி

பொ. வேல்சாமி

ஸ்ரீவீர நாராயணன் ஸ்ரீபராந்தகதேவர் ஆகிய பரகேசரி வர்மர் ஸ்ரீமுகம் அருளிச் செய்து வரக்காட்ட

12. ஸ்ரீ ஆக்ஞையினால் தத்தனூர் மூவேந்தவேளான் உடன் இருக்க நம் கிராமத்து துஷ்டர் கெட்டு சிஷ்டர்வர்த்தித் திடுவாராக வியவஸ்தை செய்தோம் உத்திரமேரு சதுர்வேதி மங்கலத்துக்குச் சபையோம்.

உத்தரமேரூர்க் கல்வெட்டு - II

1. ஸ்வஸ்திஸ்ரீமதுரை கொண்ட கோப்பரகேசரிவன்மர்க்கு யாண்டு பதினாலாவது நாள் பதினாறு. காலியூர்க் கோட்டத்து தன் கூற்று உத்திரமேருச் சதுர்வேதி மங்கலத்துச் சபையோம் இவ்வாண்டு முதல் எங்களுக்கு பெருமானடிகள் எம்பெருமாள் ஸ்ரீ வீரநாராயணன் ஸ்ரீ பராந்தக தேவன் ஸ்ரீ பரகேசரி வன்மருடைய ஸ்ரீ முகம் வரக்காட்ட, ஸ்ரீ முகப்படி ஆ

2. க்ஞையினால் சோழநாட்டு புறங்கரம்பை நாட்டு ஸ்ரீ வங்க நகர்க் கரஞ்சை கொண்ட யக்ரமவித்த பட்டனாகிய சோமாசிப் பெருமான் இருந்து வாரியமாக ஆட்டொருக்காலும் சம்வத்ஸ்ர வாரியமும் தோட்ட வாரியமும், ஏரி வாரியமும் இடுவார்க்கு வியவஸ்தை செய்த பரிசாவது குடும்புமுப்பதா முப்பது குடும்பிலும் அவ்வவ் குடும்பிலா

3. ரே கூடி கானிலத்துக்குமேல் இறைநில முடையான் தன் மனையிலே அகம் எடுத்துக்கொண்டிருப்பானை எழுபது பிராயத்தின் கீழ் முப்பத்தைந்து பிராயத்தின் மேற்படாதார் மந்திரப் பிராமணம் வல்லான் ஓதுவித்து அறிவானை குடவோலை இடுவிதாகவும் அரைக்கானில மேயுடையான் ஆயினும் ஒருவேதம் வல்லான் ஆய்நாலுபாஷ்யத்திலும் ஒரு பா

4. ஷ்யம் வக்கணித்து அறிவான் அவனையும் குடவோலை எழுதிப்புக இடுவதாகவும் அவர்களிலும் காரியத்தில் நிபுணராய், ஆசாரம் உடையாரானாரையே கொள்வி தாகவும் அர்த்த சௌஸமும் ஆன்ம சௌஸமும் உடையாராய் மூவாட்டின் இப்புறம் வாரியஞ் செய்தி லாதாராய் கொளவதாகவும் எப்பேர்ப்பட்ட வாரியஞ் செய்து கணக்குக் காட்டாதே இருந்தாரும் இவர்க்கு சிற்றவ்வை பேரவை ம

5. க்களையும் இவர்க்கு அத்தை மாமன் மக்களையும் இவர்களுக்கு தாயோடு உடப்பிறந்ததானையும் இவர்கள் தமப்பனோடு உடப்பிறந்தானையும் தன்னோடுடப் பிறந்தானையும் இவர்களுக்கு பிள்ளை கொடுத்த மாமனையும் இவர்கள் பிராமணியோடு உடப்பிறந் தானையும் தன்னோடு உடப்பிறந்தாளைவேட்டானை யும் உடப்பிறந்தாள் மக்களையும் தன் மகனை வேட்ட மருகனையும் தன் தமப்பனையும்

6. தன்மகனையுமாக இச்சுட் (டப்பட்ட இத்தினை) பந்துக் களையும் குடவோலை எழுதிப் புகஇடப் பெறாதாராக வும், அகம்மியா கமனத்திலும், மகா பாதங்களில் முன்படைத்த மகா பாதகத்திலும் எழுத்துப் பட்டாரை யும் இவர்களுக்கும் முன் சுட்டப்பட்ட இத்தினை பந்துக்களையும் குடவோலை எழுதிப்புக இடப்பெறா தாராகவும் சம்ஸர்க்கபதி தரை பிராயச்சித்தம் செய்யும் அளவும்

7. குடவோலை இடாதாதாகவும் ... தியும் சாகஸ்யராய் இருப்பாரையும் குடவோலை எழுதிப் புகவிடப் பெறாதாராகவும் பரதிரவியம் அபகரித் தானையும் குடவோலை எழுதிப் புகவிடப் பெறாதாராகவும் எப்பேர்ப்பட்ட கையூட்டும் கொண்டான் கிருதப் பிராயச்சித்தம் செய்து சுத்தரானைரையும் அவ்வவர் பிராணாந்திகம்

8. வாரியத்துக்கு குடவோலை எழுதி புக (விடப்பெறாத தாகவும்) பாதகஞ் செய்து பிராயச்சித்தம் செய்து சுத்தரானாரையும் கிராம கண்டகராய் பிராயச்சித்தம் செய்து சுத்தரானாரையும் அகம்மியாகமனம் செய்து பிராயச்சித்தம் செய்து சுத்தரானாரையும்ஆக இச்சுட்டப் பட்ட அனைவரையும் பிராணாந்திகம் வாரியத்துக்குக் குடவோலை எழுதிப் புகவிடப் பெறாததாக

9. வுகமாக இச்சுட்டப்பட்ட இத்தனைவரையும் நீக்கி முப்பது குடும்பிலும் குடவோலைக்கு பேர்தீட்டி இப்பன்னிரண்டு சேரியுலுமாக இக்குடும்பும் வெவ் வேறேவாய் ஓலை பூட்டி முப்பது குடும்பும் வெவ்வேறே காட்டி குடம்புக இடுவதாகவும் குடவோலை பறிக்கும் (போ)து மகாசபைத் திருவடியாரை கபால விருத்தம் நிரம்ப கூட்டிக்கொண்டு அன்றுள்ளூரில் இருந்த நம்பிமார் ஒருவரையும் ஒழியா

10. மே மகாசபையிலே உள்மண்டகத்திலே இருத்திக் கொண்டு அந்நம்பிமார் நடுவே அக்குடத்தை நம்பி

மாரில் விருத்தராயிருப்பார் ஒரு நம்பி மேல் நோக்கி எல்லா ஜனமும் காணுமாற்றால் எடுத்துக்கொண்டு நிற்க பகலே அந்தரம் அறியாதவன் ஒரு பாலனைக் கொண்டு ஒரு குடும்புவாங்கி மற்றொரு குடத்துக்கே புகவிட்டுக் குலைத்து அக்குடத்தில் ஓர் ஓலை வாங்கி மத்தியஸ்தன் கையிலே

11. குடுப்பதாகவும் அக்குடுத்த அவ்வோலை மத்தியஸ்தன் வாங்கும்போது அஞ்சுவிரலும் அகலவைத்து உள்ளங்கையிலே ஏற்றுக்கொள்வானாகவும் அவ்வேற்று வாங்கின ஓலை வாசிப்பானாகவும் வாசித்த அவ்வோலை அங்கு உள்மண்டகத் திருந்த நம்பிமார் எல்லாரும் வாசிப்பாராகவும் வாசித்த அப்பேர் தீட்டுவதாகவும் இப்பரிசே முப்பது குடும்பிலும் ஒரோர் பேர் கொள்வதாகவும் இக்கொண்ட முப்பது பேரிலும் தோட்ட வாரியமும் ஏரி வாரியமும் செய்தாரையும் வித்யா விருத்தர்களையும்

12. வயோவிருத்தர்களையும் சம்வத்ஸரவாரியரையும் கொள்வதாகவும் மிக்கு நின்றாருள் பன்னிரு வரையும் தோட்ட வாரியமாகக் கொள்வதாகவும் இவ்விரண்டு திறத்த வாரியமும் கரை காட்டிக் கொள்வதாகவும் இவ்வாரியம் செய்கின்ற மூன்று திறத்து வாரியப் பெருமக்களும் முந்நூற்று அறுபது நாளும் நிரம்பச் செய்து ஒழிவதாகவும் வாரியஞ் செய்யா நின்றாரை அபராதங்

13. கண்டபோது அவனையொழித்து விடுவதாகவும் இவர்கள் ஒழிந்த அனந்தரம் இடும் வாரியங்களும் பன்னிரண்டு சேரியிலும் தன்ம கிருத்தியம் கடைக் காணும் வாரியரே மத்தியஸ்தரைக் கொண்டு குறிகூட்டிக் குடுப்பாராகவும் இவ்வியவஸ்தை ஓலைப்படியே ... க்குக் குடவோலை பறித்துக்கொண்டே வாரியம் இடுவதாகவும் பஞ்சவார வாரியத்துக்கும் பொன் வாரியத்து

14. க்கு முப்பது குடும்பிலும் குடவோலைக்குப் பேர்தீட்டி முப்பது வாயேலைக்கட்டும் புகஇட்டு முப்பது குட வோலை பறிந்து முப்பதிலும் பன்னிரண்டுபேர் பறித்துக்கொள்வதாகவும் பறித்த பன்னிரண்டிலும் அறுவர் பொன்வாரியம் அறுவர் பஞ்சவாரா வாரியமும் ஆவராகவும் பிற்றையாண்டும் இவ்வாரியங்கள் குட வோலை பறிக்கும்போது இவ்வாரியங்களுக்கு முனனம் செ

15. ய்த குடும்பன்றிக்கே நின்ற குடும்பிலே கரை பறித்துக் கொள்வதாகவும் கழுதை ஏறினாரையும் கூடலேகை செய்தானையும் குடவோலை எழுதிப்புக இடப்பெறா தாகவும் மத்தியஸ்தரும் அர்த்தசௌஸமும் உடையானே கணக்கு எழுதுவானாகவும் கணக்கு எழுதினான் கணக்கு பெருங்குறி பெருமக்களோடுகூட கணக்குக் காட்டி சுத்தன் ஆகிடின் பின்னன்றி மற்றுக்கண

16. க்குப் புகப் பெறாதானாகவும் தான் எழுதின கணக்குத் தானே காட்டுவானாகவும் மற்று கணக்கர்புக்கு ஒடுக்கப் பெறாதாராகவும் இப்பரிசே இவ்வாண்டு முதல் சந்திராதித்தவல் என்றும் குடவோலை வாரியமே இடுவதாக தேவேந்திரன் சக்ரவர்த்தி பண்டித வத்ஸலன் குஞ்சரமல்லன் சூர சூளாமணி கல்பகசரிதை ஸ்ரீ பரகேசரிவன்மர் (டைய) ஸ்ரீமுகம் அருளிச் செய்து வரக்காட்ட ஸ்ரீ ஆக்ஞையா

17. சோழ நாட்டு புறங்கரம்பை நாட்டு ஸ்ரீ வங்கநகர்க் கரஞ்சை கொண்ட யக்ரமவித்த பட்டனாகிய சோமாசிப் பெருமான் உடன் இருந்து இப்பரிசு செய்விக்க நம் கிராமத்திற்கு அ(ப்யுதயமாக) துஷ்டர்கெட்டு விசிஷ்டர் வர்த்திப்பதாக வியவஸ்தை செய்தோம் உத்தரமேருச் சதுர்வேதி மங்கலத்துச் சபையோம் இப்பரிசு குறியுள் ளிருந்து பெருமக்கள் பணித்த வியவஸ்தை யெழுதினேன் மத்தியஸ்தன்.

18. காடடிப்போத்தன் சிவக்குறி இராஜமல்ல மங்கதப் பிரியனேன்.

நன்றி: டி.வி. சதாசிவபண்டாரத்தார்,
பிற்காலச் சோழர் வரலாறு.

பொய்மைகளின் மீதான போராட்டம்

ஆகஸ்ட் 2005 காலச்சுவடு இதழில் "திறந்த வெளி" பகுதியில் சுஜாதா ஆனந்த விகடனில் எழுதிய குறிப்பும், அவருக்குப் பதில் சொல்வதாக எஸ்.அன்வர், ஜெ. ராஜா முகமது ஆகியோரின் மறுப்பும் இதற்குப் பதிலாக சுஜாதா எழுதிய குறிப்புகளும் வெளியாகியிருந்தன. அவற்றைப் பற்றிச் சில குறிப்புகள்:

சுஜாதா அவர்களால் கிளப்பிவிடப்படும் கதையும் அதற்கு மறுமொழி கூறுபவர்களின் பதற்றமும் "பன்னீராயிரவர் முடிதிருத்திய பன்றியாழ்வான் மேட்டுக்கலகம்" என்னும் கோயிலொழுகு நூலினுள் உள்ள தொடரை மையமாக வைத்துப் பேசப்படு கின்றன. இந்தத் தொடர் கோயிலொழுகு நூல் மூலத்தில் இல்லை. கோயிலொழுகு நூலின் பகுதி – 1 பாகம் – 2இல் பக்கம் 467இல் "பன்றியாழ்வானை அபசாரப் பட்டு" என்றும் "ஸ்வாமிகளனைவரையும் திருமுடி திருத்தி" என்றும்தான் உள்ளன. 'மேட்டுக்கலகம்' என்னும் சொல் மூலநூலில் இல்லை. "பன்னீராயிரம் சுவாமிகளையும் திருவோலக்கம் குலையாமல் இருக்கும்படி" என்று பக். 465, 466ஆம் மூலத்தில் உள்ளது. "சுவாமிகள் அனைவரையும் திருமுடிதிருத்தி" என்னும் பகுதியில் "பன்னீராயிரம்" என்னும் சொல் இல்லை என்பது கவனிக்கத்தக்கது.

ஸ்ரீவைஷ்ணவ ஸ்ரீ அ. கிருஷ்ணமாசார்யரின் விளக்கப் பகுதியில்தான் இந்தத் தொடர் உள்ளது. இந்தப் பகுதியைத் தொடர்ந்து அவரால் குறிப்பிடப் படும் 'மாபெரும் படுகொலை' பிற்காலத்தில் முகமது

பின் துக்ளக் என்றழைக்கப்பட்ட உலுக்கானுடைய படையெடுப்பின்போது நிகழ்ந்து இருக்கலாம் என்று கூறுகிறார். இத்தொடரை அடுத்து வருகிற கோயிலொழுகு நூலின் மூலப் பகுதியில், கோவில் தாசிகளில் அழகான ஒரு பெண்ணை வைத்து உலுக்கானை மயக்கி, அவள் மூலமாக "சிங்கப்பிரான்" என்னும் பார்ப்பனரை அவனுக்குச் செயலாளராக்கி (காரியதரிசி) கோவில் காப்பாற்றப்பட்டதாகக் குறிப்பு உள்ளது.

சுவாமிகள் அனைவரையும் 'திருமுடிதிருத்தி' என்பதற்கு நேரான அர்த்தம் சுவாமிகளுக்கு மொட்டையடித்து அல்லது சுவாமிகளின் குடுமிகளை அறுத்து என்பதாகத்தான் கொள்ள முடியும். இதைவிடுத்து 'முடிதிருத்தி' என்பதற்குத் தலைகளை வெட்டி என்று இவர்கள் விளக்கம் கொடுப்பது இவர்களுடைய யூகமே தவிர உண்மையான பொருள் அல்ல என்பது வெளிப்படை. ஒரு குறிப்பிட்ட படையெடுப்பின் போது இப்படி நடப்பது சகஜம். இன்றும்கூட முடிதிருத்துவது என்றால் சிகையலங்காரம் என்றுதான் பொருள். இதற்குக் குழந்தைகள்கூடத் தலையை வெட்டுவது என்று பொருள் கொள்வதில்லை. அடுத்து மூல நூலில் வருகிற கோவில் தாசி, சிங்கப்பிரான் என்னும் பார்ப்பனரைப் பற்றிய செய்திகள் அங்கு எந்தக் கொலை நிகழ்வும் நடைபெறவில்லை என்பதை உணர்த்தும்.

இஸ்லாமியத் தோழர்களுக்கு ஒரு செய்தி:

அசோகன் காலத்திலிருந்து இன்றைய நாகரிகக் காலம் வரையிலும் படையெடுப்புகள் என்பன தொடர்ந்து கொண்டுதான் இருக்கின்றன. இத்தகைய படையெடுப்புகளில் கவர்ந்து கொண்டுவந்த நவரத்தினங்களையும் பொன்னையும் தஞ்சைப் பெரிய கோவில் போன்ற கோவில்களுக்கு அளித்ததாக இராஜராஜனும் அவன் சந்ததியினரும் தங்கள் கல்வெட்டுகளில் குறிக்கின்றனர். படையெடுப்பு என்பதே கொள்ளையையும் கொலையையும் மையமாகக் கொண்டதுதான். 1318இல் குஸ்றுகான் மதுரையைத் தாக்கினான். மதுரை அரசன் பராக்கிரம பாண்டியன் காட்டிற்கு ஓடிவிட்டான். பராக்கிரம பாண்டியனின் அமைச்சராகவும் ஆலோசகராகவும் "மலிக்குல் அஃலம் சிராஜுத்தீன்" என்பவர் இருந்தார். தன் மதத்தினர் படையெடுத்து வருவதால் தனக்கு ஒரு ஆபத்தும் நிகழாது என்று எண்ணி பராக்கிரம பாண்டியனுடன் தப்பி ஓடாமல் மதுரையிலே இருந்த அவரை குஸ்றுகான் கொன்று அவர் சொத்துகளைக் கொள்ளையடித்தும் விட்டான். அழகில் சிறந்த அவருடைய ஒரே மகளைக் குஸ்றுகான் திருமணம் செய்தகொள்ள விரும்பினான்.

தன் தந்தையைக் கொன்றவனை மணக்க விரும்பாது அந்தப் பெண் தற்கொலை செய்துகொண்டாள். ஆக்கிரமிப்பாளர்கள் மதத்தையும் இனத்தையும் கணக்கில் கொள்ள மாட்டார்கள் என்பதை இந்த நிகழ்வு விளக்குகிறது. (இஸ்லாமியத் தமிழ் இலக்கிய வரலாறு, தொகுதி – 1, மதுரை காமராசர் பல்கலைக் கழகம், ப. 34)

இந்தத் தகவல்களை நாம் 'ஃபிரிஷ்தா', 'இசாமி', 'பாணி' போன்ற இஸ்லாமிய எழுத்தாளர்களுடைய பதிவுகளிலிருந்து தான் அறிந்துகொள்கிறோம் என்பதும் குறிப்பிடத்தக்கது.

சுஜாதா ஒரு கதைசொல்லி; ஆய்வாளர் அல்லர். அவர் எழுதிய புறநானூறு பற்றிய விளக்கத்தில் பல அபத்தங்களை உதிர்த்தவர். அவருடைய அபத்தங்களில் புறநானூறு 252ஆவது பாடலுக்குள்ள விளக்கம் உச்சகட்டமானது.

'ஒரு காலத்தில் காளை போன்று பெண்களை நுகர்ந்த மனிதன் இன்று முற்றும் துறந்து முழுத் துறவி ஆகிவிட்டான்' என்று பேசும் 'தாபத வாகை' என்ற, துறவின் வெற்றி பேசும் துறையை உடைய பாடல் அது. அதனைப் புரிந்து கொள்ளாமல், 'தாபத வாகை' பாடல் குறிப்பையும் அறிந்து கொள்ளாமல், தன்னுடைய சொந்த அனுபவத்தில் கண்ட துறவிகளை மனதில் வைத்து, 'காதல் மொழி பேசும் வேட்டுவன்' என்று பாடலுக்குத் தலைப்பும் கொடுத்து 'பெண்களைப் பேசியே மயக்குவான் இவன்' என்று விளக்கமும் எழுதுகிறார்.

அரசியல், சினிமா, ஆன்மீகம், எழுத்து போன்றவற்றில் செயல்படும் பிரபலமான மனிதர்களை ஊடகங்கள் எல்லாமறிந்தவராகப் பூதாகரப்படுத்துகின்றன. பாமர மக்கள் மட்டுமின்றிப் படித்தவர்களும் அதனைப் பகுத்தறிவின்றி நம்புகின்றனர். இந்த நிலை நீடிக்கும்வரை சுஜாதா போன்ற வர்களின் உளறல்கள் பொது மக்களிடம் தாக்கத்தை ஏற்படுத்தத்தான் செய்யும். படித்தவர்கள், சிந்தனையாளர்கள், ஜனநாயகவாதிகள் போன்றவர்கள் ஒருங்கிணைந்து செயல் பட்டு இத்தகைய பொய்மைகளின் மீது இடைவிடாத விமர்சனப் போராட்டங்களை நடத்தாமல் இவற்றின் வீரியத்தைக் குன்றச் செய்ய முடியாது.

○